மானுடப்பண்ணை

1996-ம் ஆண்டின் தமிழக அரசின்
சிறந்த நாவல் பரிசு பெற்றது.

தமிழ்மகன்

விலை : ரூ.160

மின்னங்காடி
பதிப்பக வெளியீடு 10

மானுடப்பண்ணை / நாவல்

ஆசிரியர்	: தமிழ்மகன் ©
முதல் பதிப்பு	: 1994
ஐந்தாம் பதிப்பு	: 2021
வெளியீடு	: மின்னங்காடி பதிப்பகம்
	24, அண்ணா 3-வது குறுக்குத் தெரு,
	அவ்வை நகர், பாடி, சென்னை - 50.

Rs.160/-

Maanudapannai / Novel

Author	: Tamilmagan ©
First Edition	: 1994
Fifth Edition	: 2021
Published by	: Minnangadi Publications
	24, Anna 3rd Cross Street,
	Avvai Nagar, Padi, Chennai - 50
Website	: www.minnangadi.com
Mail	: writertamilmagan@gmail.com
Phone	: 72992 41264

ISBN : 978-81-953318-8-8

ஆசிரியர் குறிப்பு

பிறப்பு, படிப்பு, பணி:

- தமிழ்மகன் என்கிற பா.வெங்கடேசன் சென்னையில் 1964இல் பிறந்தவர்.
- படிப்பு; B.Sc., M.A. மாநிலக் கல்லூரி, சென்னைப் பல்கலைக்கழகம்.
- 1989 தொடங்கி போலீஸ் செய்தி, தமிழன் நாளிதழ், வண்ணத்திரை, தினமணி, குமுதம், குங்குமம், ஆனந்த விகடன் இதழ்களில் 2019 வரை பணியாற்றியவர்.
- மாநிலக் கல்லூரியில் படித்தபோது 'பூமிக்குப் புரியவைப்போம்', 'ஆறறிவு மரங்கள்' என இரண்டு கவிதைத் தொகுதிகள் வெளியாகின.
- இளைஞர் ஆண்டையொட்டி, 1984இல் டி.வி.எஸ். நிறுவனமும் இதயம் பேசுகிறது இதழும் இணைந்து நடத்திய போட்டியில் இவரது வெள்ளை நிறத்தில் ஒரு காதல் புதினம் முதல் பரிசு பெற்றது. இதயம் பேகிறது இதழில் தொடராக வெளியானது. அரசியல் விமர்சகர் சின்னக்குத்தூசி தேர்வு செய்தார். இதுவும் கல்லூரி படிக்கும்போதே நிகழ்ந்தது. பேராசிரியர்கள் இரா.இளவரசு, கவிஞர் மு.மேத்தா, பொன்.செல்வகணபதி, இ.மறைமலை, பி.சிவகுமார் போன்றோர் ஆசிரியர்களாக – வழிகாட்டிகளாக- அமைந்தனர்.

விருதுகள்

- 1984-ல் இதயம் பேசுகிறது - டி.வி.எஸ் நிறுவனம் நடத்திய போட்டியில் வெள்ளை நிறத்தில் ஒரு காதல் நாவலுக்கு விருது.
- மொத்தத்தில் சுமாரான வாரம் குறுநாவல் தி.ஜானகிராமன் நினைவு போட்டியில் தேர்வு செய்யப்பட்டது. 1986-ல் தேர்வு செய்தவர் எழுத்தாளர் அசோகமித்திரன்.
- இவர் எழுதிய மானுடப் பண்ணை நாவல் 1996இல் தமிழக அரசின் விருது பெற்றது.
- எட்டாயிரம் தலைமுறை சிறுகதைத் தொகுப்பு 2008-ம் ஆண்டுக்கான தமிழக அரசின் விருது பெற்றது.
- எழுத்தாளர் சுஜாதா நினைவு அறிவியல் புனைகதை விருது (2008).

- வெட்டுப்புலி நாவல் (2009) கோவை ரங்கம்மாள் நினைவு விருது, ஜெயந்தன் அறக்கட்டளை விருது பெற்றது.
- ஆண்பால் பெண்பால் நாவலுக்கு (2011) விகடன் விருதும் ஜி.எஸ். மணி நினைவு விருதும் கிடைத்துள்ளன.
- வனசாட்சி நாவல் (2012) சுஜாதா அறக்கட்டளை விருது, மலைச்சொல் விருதுகள், அமுதன் அடிகள் விருது ஆகியன பெற்றது.
- வேங்கை நங்கூரத்தின் ஜீன் குறிப்புகள் நாவலுக்கு கனடா இலக்கியத் தோட்ட புனைவு இலைக்கிய விருது (2017) பெற்றார்.
- படைவீடு நாவல் (2021) வென்றுமண்கொண்டார் விருது, சௌமா விருது, வள்ளுவப் பண்பாட்டு நடுவம் விருது, உலகத் தமிழ்ப் பண்பாட்டு மைய விருது ஆகியன பெற்றது.
- திராவிடர் கழகத்தின் பெரியார் விருது (2014), விஜய் டி.வி நீயா? நானா? வழங்கிய இலக்கிய விருது (2016) உள்ளிட்ட பல விருதுகள் பெற்றவர்.

எழுதிய நூல்கள்

- பூமிக்குப் புரியவைப்போம், ஆறறிவு மரங்கள் இரண்டும் கவிதைத் தொகுப்புகள்.
- வெள்ளை நிறத்தில் ஒரு காதல் (1984), மானுடப் பண்ணை நாவல் (1996), சொல்லித் தந்த பூமி (1997), ஏவி. எம். ஸ்டூடியோ ஏழாவது தளம் (2007), வெட்டுப்புலி (2009),ஆண்பால் பெண்பால் (2011), வனசாட்சி (2012), ஆபரேஷன் நோவா (2014), தாரகை (2016), நான் ரம்யாவாக இருக்கிறேன் (2018), படைவீடு (2020), தொடாதே துரத்து (2021) ஆகியவை இவரது நாவல்கள்.
- எட்டாயிரம் தலைமுறை (2008), சாலை ஓரத்திலே வேலையற்றதுகள் (2006), மீன்மலர் (2008), அமரர் சுஜாதா (2013), மஞ்சு அக்காவின் மூன்று முகங்கள் (2014) இவரது சிறுகதைத் தொகுப்புகள்.
- இவருடைய நூல்கள் பலவும் முனைவர் பட்டத்துக்கும் ஆய்வு பட்டயங்களுக்கும் எடுத்தாளப்பட்டுள்ளன. கல்லூரிகளில் பாடமாக வைக்கப்பட்டுள்ளன.
- திரைப் பிரமுகர்கள் பற்றிய அரிய செய்திகளைச் சொல்லும் செல்லுலாயிட் சித்திரங்கள் (திரை) (2009), நூற்றாண்டு கண்ட தமிழ்ச் சிறுகதைகளை அறிமுகப்படுத்தும் தமிழ்ச் சிறுகதைக் களஞ்சியம் - (2013) ஆகிய

கட்டுரைத் தொகுப்புகளும் இவர் படைப்புகள். சென்னையின் வரலாற்றை மெட்ராஸ் நல்ல மெட்ராஸ் (2016) என்ற பெயரில் எழுதியிருக்கிறார். விகடன் இணைய இதழில் வெளிவந்து பெரும் வரவேற்பைப் பெற்றது.

- ஆனந்த விகடனில் வெளியான ஆபரேஷன் நோவா (2014), ஜூனியர் விகடனில் வெளியான 'நான் ரம்யாவாக இருக்கிறேன்' (2018) ஆகிய அறிவியல் புனைகதைகள் பெரும் வாசக வரவேற்பைப் பெற்றன. திரையுலகைப் பின்னணியாகக் கொண்டு தாரகை என்ற நாவலை எழுதியுள்ளார்.

திரைத்துறை பணிகள்

- உள்ளக்கடத்தல், ரசிகர் மன்றம், பீட்ஸா மம்மி -3, கொற்றவை உள்ளிட்ட திரைப்படங்களுக்கு வசனம் எழுதியுள்ளார். நான் ரம்யாவாக இருக்கிறேன், ஆபரேஷன் நோவா நாவல்கள் சினிமாவுக்காக ஒப்பந்தமாகிள்ளன.

குடும்பம்

தந்தை க.பாலகிருஷ்ணன் - தாய் பார்வதி. மனைவி திலகவதி.

மகன் மாக்ஸிம் - மருமகள் த.சந்தியா. பேத்தி அகல்விழி.

மகள் அஞ்சலி - மருமகன் ஸ்ரீதர். பேரன்கள் அதியமான், அகிலன்.

தொடர்புக்கு:
writertamilmagan@gmail.com
7824049160

கலாபூர்வமாகவும் காலபூர்வமாகவும்
பிரபஞ்சன்

இப்பொழுதுதான் இந்த நாவலைப் படித்து முடித்தேன்.. மனம், மிகவும் கனத்துக் கிடக்கிறது. ஒரு தமிழ் இளைஞனை, அண்மைக் காலத்தில், இவ்வளவு ரத்தமும் சதையுமாக எவரும் படைத்து நான் படிக்கவில்லை.

இந்தத் தமிழ் இளைஞன், வேலை இல்லாதவன். வேலை இல்லாதவன் என்றால், இந்தியாவில் வேலைகளே காலி ஆகி, விடுபட்டவன் இல்லை. இந்தச் சமூகம் வளர்த்து வைத்திருக்கும் அதிகாரவர்க்கத்தின் முனைப்பினால், சிதிலமான ஒரு இளைஞனின், அருமையான கலைப்படைப்பே இந்நாவலில் வருகிற கதாநாயகன்.

நாம் உண்டு, நம் வேலை உண்டு என்று வாழ்வதே உத்தமம் என்கிறது நம் பண்பாடு! அடுத்த வீட்டில், தெருவில், ஊரில், நாட்டில் என்ன நடக்கிறது. ஒரு சக பிரஜை என்கிற அந்தஸ்தில் நம் கடப்பாடு என்ன என்பதில் அக்கறை கொண்டு, சமூக இயக்கத்தில் பங்கெடுத்துக்கொள்ள ஆர்வம் கொள்கிற மனிதனை, மக்களாகிய நாம் வித்தியாசமாகப் பார்க்கிறோம். 'தேன் எடுப்பவன் புறங்கையை நக்குவது இயல்புதானே' என்று பழமொழி பேசி, அயோக்கியர்களை நியாயப்படுத்திவிடுகிறோம்.

நாமே அயோக்கியர்களையும் உருவாக்குகிறோம். அவர்களை வாழவைக்கிறோம். அவர்களுடனே நாமும் வாழ நேர்கிறபோது, நசுக் குண்டு நாமே அல்லலும் உறுகிறோம். நம்மைப் பொறுத்தவரை மாதச் சம்பளம் ஒழுங்காக வரும் வரைக்கும் நாடு நன்றாக இருக்கும். சகல தீமைகளும், நம் வீட்டுத் தெருக்களைத் தட்டாத வரைக்கும் நாம் சுக ஜீவிகள்.

மூடத்தனத்தின் மேல், இறுகிப்போன அறியாமையின் மேல் எவன் கல் அறிகிறானோ, அவனே ஞானி. அவனே சிந்தனையாளன், அவனே எழுத்தாளன். தோழர் தமிழ்மகன், சரியாகவும், வலுவாகவும், குறி தவறாமலும் கல் எறிகிறார். அந்த நிஜமான எழுத்தாளரை, மனப்பூர்வமாக நான் பாராட்டுகிறேன்.

வேலை இல்லாத, கிடைக்காத, கிடைத்தாலும் தகுதிக் கேற்ப சம்பளம் வரப் பெறாத இளைஞர்கள், இந்த தேசத்தில், தெரு நாய்களைப் போலவே வாழச் சபிக்கப்பட்டவர்கள். 'சுதந்திரம்'என்பது சாபமானால், இவர்கள் சபிக்கப்பட்டவர்கள். இந்த துருப்பிடிக்கும் இளமையாளர்கள் பற்றிய சரியான சமூகக் கவலையே இந்த நாவல். மிக அழகாக, உணர்வு பூர்வமாக எழுதப்பட்ட நாவல். நாவல் என்கிற இலக்கிய உருவத்தில், தமிழ்மகன் கணிசமாக வெற்றி பெற்றிருக்கிறார் என்பதை, வரும் ஒவ்வொரு பக்கமும் உங்களுக்கு உணர்த்தும்.

வேலை இல்லாத இளைஞனின் மன உளைச்சல் எப்படி, இருக்கும் என்பதை அனுபவ பூர்வமாகவே நான் அறிவேன். நானே, கல்லூரிப் படிப்பை முடித்துச் சுமார் பத்தாண்டு காலம் வேலை கிடைக்காமல் அல்லல்பட்டவன். ரொட்டியை ஜெயிக்க முடியாமையாலேயே, காதலையும் வெற்றி கொள்ள முடியாமல் தோற்றவன். இந்த நாவலின் கதாநாயகன் போல!

வேலை இல்லாத இளைஞர்களுக்காகவே அரசுகள், ரேஷன் கார்டுகளைக் கண்டுபிடித்தன என்பது என் கண்டுபிடிப்பு! அரிசி, மண்ணெண்ணெய், மைதா, கோதுமை, சர்க்கரை என்று பலவற்றுக்காகவும், நிற்கவும் நடக்கவுமே, அந்த இளைஞர்களின் கால்கள்; உளைச்சலுக்காகவே மனம். இந்த வனாந்தர வாழ்க்கையிலும், அவர்களுக்குக் காதல் தென்றல் வரும். ஆனால், அது கனவுகளோடு வரும். கலர் டி.வி. ஒழுங்கான வேலை, ஸ்கூட்டர், ஓரளவு பாதுகாப்பான வீடு என்றெல்லாம் அந்தக் காதல்கள் கோரும். அது சாத்தியம் ஆகாது. "முத்தம் கொடுத்துப் பசி ஆற முடியாது." என்கிற யதார்த்தம் நெஞ்சைச் சுடும். தென்றல், ஒரு கட்டத்தில் உறைந்து போகும். அந்த இளைஞர்களின் வாழ்க்கை இதுதான்! இந்தக் கதாநாயகனும் அப்படித்தான்.

இந்த நாவலில் வரும் பாத்திரங்கள், வெகு சிலர். கதாநாயகன், அவனைப் பெரியாரியத்தின் பக்கம் இழுக்கும் தண்டபாணி, காதல் பக்கம் தள்ளும் நீலா, மார்க்சியத்தின் பக்கம் வசீகரிக்கும் தோழர், இவர்கள் தலைமைப் பாத்திரங்கள்.

தண்டபாணி, சரியான மண்ணின் மைந்தர். தந்தை பெரியாரை வரித்துக் கொண்டதால் சரியான தடத்தில் சிந்திக்கிறார். இது

எதனால் சாத்தியப்படுகிறது என்றால், பெரியார், தமிழ்ச் சமுதாயத்தைச் சரியாகப் பார்த்தவர் என்பதால் சாத்தியம் ஆகிறது. தோழர் வர்க்கம் பேசுகிறார். 'உலகத் தொழிலாளர் ஒருவர்' என்கிறார். அவர், அவர்கள் ஒரு வர்க்கம் என்றார். ஆனால், மேல் சாதித் தொழிலாளர், தாழ்த்தப்பட்ட தொழிலாளரை ஏன் ஏற்பதில்லை என்று அவர் யோசிக்க மறுக்கிறார். மார்க்ஸ், அந்த முனைவரைப் பயணம் போகவில்லை என்பதே அதன் காரணம். மார்க்ஸ் நிகரற்ற சமூக விஞ்ஞானி. ஆனால், தமிழக, இந்திய வருண தர்மத்தை முழுமையாக உள்வாங்கிக் கொண்டவர் இல்லை. இது அவர் தவறு இல்லை. அவர் வாழ்ந்த ஊருக்குள் பார்ப்பனீயம் இல்லை. பெரியார், தமிழராக இருந்ததால் அவற்றை அறிய முடிந்தது.

நீலாவும், நம் கதாநாயகனும் இணைய வேண்டியவர்களே! மார்க்சியக் கண்ணோட்டத்தில், அவர்கள் சரி நிகர் வர்க்கத்தினர். எனினும் பிரிய நேர்ந்தது. இது எதனால்? சாதி, ஆசாரம், பெண், குடும்பம், சமூக மரியாதை போன்ற உருவாக்கிக் கொண்ட பிரமைகளால், இந்தப் பிரமைகளை மார்க்ஸ் அறிய நியாயம் இல்லை.

தமிழ்மகன், எடுத்திருக்கும் சமூக தத்துவ நிலைபாடு சரியானதே ஆகும்.

நம் மொழி, நம் சொற்கள்கூட வர்ணாசிரம அதர்மத்தை ஏற்றுக் கொண்டவை. ஜனாதிபதி வந்தார், அய்யர் வந்தார் என்றெல்லாம் எழுதுகிற நாமே, தோட்டக்காரன் வந்தான் என்று எழுதுகிறோமே, அது வர்ண தர்மம் அல்லாமல் வேறு என்ன? நீலா என்கிற படித்த பெண், அவள் விருப்புக்கு முரணாக ஒருவருக்கு மனைவி ஆகவேண்டிய நிர்ப்பந்தத்தைத் தந்தது எது? பொருளாதாரம் மட்டும் அல்ல! அதனினும் ஆழமான வர்ணாசிரமம் ஏற்படுத்தி இருக்கிற ஆண் ஆதிக்கம். இதையெல்லாம் தந்தை பெரியாரே சொன்னார்.

மார்க்சியக் குழுக்களில் பல, பெரியாரை நோக்கித் திரும்பி இருக்கின்றன. சில விரும்பி, விவாதித்துக் கொண்டிருக்கின்றன. பெரியாரை, கால வளர்ச்சிக்கு ஏற்ப வளர்த்தெடுக்க யாவருக்கும் உரிமை உண்டு. அதன் தன்மை, நிட்சி பெற்றது. பெரியார் இறுக்கம் கொண்ட தத்துவாசிரியர் இல்லை. மனித நெகிழ்ச்சியும், மானுட குணமும் கொண்ட தத்துவ ஆசான் அவர். அவர் ஜெர்மனியில் பிறந்திருந்தால், மார்க்ஸ் ஆக இருந்திருப்பார். மார்க்ஸ் தமிழகத்தில் பிறந்திருந்தால் பெரியாராக வளர்ந்திருப்பார் என்பதே உண்மை.

பெரியாரை, வெறும் ஜாதித் துவேஷியாக பார்த்தவர்கள் போய், ஒழிந்தார்கள். வருணாசிரம ஒழிப்பு, இந்து மத

ஒழிப்பாளர் அவர். அதே சமயம், இந்திய, தமிழக மண்ணுக்கேற்ற சோஷலிஸ்டும், கம்யூனிஸ்ட்டும் அவரே. பெரியாரைக் காட்டிலும், பெண்ணுரிமைக்குச் சிந்தித்த, அமல்படுத்திய இன்னொரு சிந்தனையாளரை, இந்தியா இன்றுவரை பார்த்தது இல்லை.

தமிழ்மகனின் இந்தப் புதினத்தின், ஒவ்வொரு பக்கத்திலும், அசலான, நிகழ் கால வாழ்க்கை ரத்தமும் சதையுமாக, ஜீவன் ததும்பத் துடிக்கிறது. சமூகத்தை அலைக்கழிக்கும் மையமான பிரச்சினைகள், காலபூர்வமாகப் பேசப்படுகின்றன. நம்மைப் பொறுத்தவரை, சகல கலைவடிவங்களும் மக்களைப் பேசும் கருவிகளே. கலைகளுக்கு ஏற்ப கலை நியாயங்களோடு கலைகள் படைக்கப்பட வேண்டும் என்று எதிர்பார்க்கிறோம். தமிழ்மகனுக்கு அருமையான எழுத்தாளுமை கூடி இருக்கிறது, கலைச் செழுமை பக்குவப்பட்டிருக்கிறது என்பதற்கு, இந்தச் சிறந்த நாவல் ஒரு நல்ல எடுத்துக்காட்டு.

தமிழில் அண்மையில் வெளிவந்திருக்கும் சிறந்த புதினங்களில், இதுவும் ஒன்று. லட்சக்கணக்கான இளைஞர்களின் 'சோக' வாழ்க்கையைச் சரியாகப் பிரதிபலிக்கிற காரணத்தால், தற்கால இளைஞர்களின் வாழ்க்கை பற்றிய கலைக் கையேடாகவும் இந்த நாவல் விளங்குகிறது.

நான்காம் பதிப்பின் முன்னுரை

சமூக நாவலும் சரித்திர நாவலும்

எழுத்தாளர் எஸ்.வி.வி. எழுதிய ஒரு சிறுகதை.

அதில் இப்படி ஒரு காட்சி.

மாலை ஐந்து மணி. ஆளரவமற்ற தி.நகர் ரங்கநாதன் தெரு. அவன் அவளுடைய வீட்டுக்கு எதிரே வந்தான். வீட்டு வாசல் அருகே அவள் இருப்பது தெரிந்தது. அவளுடைய கவனத்தை ஈர்க்கும் விதமாக தன் சட்டைப் பையில் இருந்த எட்டணா காசை தெருவிலே போட்டான். அது டணங், டணங் என்ற சப்தத்தோடு உருண்டோட, அவள் அவனைப் பார்த்தாள்.

இது 1960-களில் வந்த கதை. மாலை ஐந்து மணிக்கு தி.நகர் ரங்கநாதன் தெரு ஆளரவம் அற்றுப் போய்விடும் என்பது ஆச்சர்யமான ஒரு சரித்திரக் குறிப்பாகிவிடுகிறது.

ஸ்ரீதர் இயக்கிய 'காதலிக்க நேரமில்லை' திரைப்படம். அதில் முத்துராமனும் காஞ்சனாவும் இடம்பெறும் ஒரு பாடல்காட்சி. சென்னை மெரினா கடற்கரையில் சென்னை பல்கலைக்கழகத்துக்கு எதிரே அவர்கள் ஆடிப் பாடுவார்கள். அந்த இடம் வெறுமையாக இருக்கும். அங்கே அண்ணாவின் சமாதியும் இல்லை; எம்.ஜி.ஆரின் சமாதியும் இல்லை. வெறும் வெட்ட வெளி. ஒரு திரைப்படம் ஆவணப் படமாகவும் மாறிவிட்டது இப்போது.

ஒரு நல்ல இலக்கியம், கலைப்படைப்பு இப்படியான பல தரவுகளைத் தரும். சமுதாயத்தைப் பிரதிபலிக்கும்.

தாஸ்தேயவஸ்கி விவரிக்கும் பீட்டர்ஸ்பெர்க் வீதிகள், சார்லி சாப்ளின் நையாண்டி செய்யும் இட்லர், ட்ராம் வண்டிக்காகக் காத்திருக்கும் புதுமைப்பித்தனின் கந்தசாமிப்பிள்ளை, 'பராசக்தி

எந்தக் காலத்திலடா பேசினாள்?' என்பதான கலைஞர் கருணாநிதியின் வசனங்கள் எல்லாம் வரலாற்றின் வடுக்கள்தான்.

மானுடப் பண்ணை 1985-ல் எழுதி 89-ம் ஆண்டு வெளியானது. 30 ஆண்டுகள் கழித்து இந்த எழுத்துகளைப் படிக்கும்போது இந்த நூல் நாவல் என்ற அடையாளத்தைத் தாண்டி, அன்றைய சென்னையை, அன்றைய இளைஞனை, அன்றைய பிரச்னையை, அன்றைய அரசியலைச் சொல்லும் 'சரித்திர நாவலாக' தோன்றியது.

இந்த நாவலுக்கு முதல்பதிப்பின்போது எழுத்தாளர் பிரபஞ்சன் முன்னுரை வழங்கினார். என்னை மிகவும் பெருமைப்படுத்திய முன்னுரை. அது முன்னுரை மட்டுமல்ல; அங்கீகாரமும்தான்.

முதல் பதிப்பு வெளியாகக் காரணமாக இருந்த மாநிலக் கல்லூரி பேராசிரியர் இரா.இளவரசு அவர்களுக்கு என் மதிப்பும் அன்பும் நன்றியும். பதிப்பித்த உமா பதிப்பக உரிமையாளர் சிதம்பரம் அவர்களை நன்றியோடு நினைத்துப் பார்க்கிறேன்.

வெட்டுப்புலிதான் நான் எழுதிய முதல் நாவல் என்று பலரும் நினைக்கிறார்கள். நான் அதற்கு முன்னரே நான்கு நாவல்கள் எழுதியிருக்கிறேன். அதில் ஒன்றுதான் மானுடப் பண்ணை. இது உயிர்மைப் பதிப்பாக வெளிவருவது பெரு மகிழ்ச்சி அளிக்கிறது. கவிஞர் மனுஷ்ய புத்திரன் அவர்களுக்கும் உயிர்மை நிர்வாக ஆசிரியர் செல்வி அவர்களுக்கும் நன்றி.

அன்புடன்,
தமிழ்மகன்
19 -12-14
writertamilmagan@gmail.com

அரசியலையும் இலக்கியத்தையும்
எனக்கு அடையாளம் காட்டிய
என் தந்தை திரு. க.பாலகிருஷ்ணன் அவர்களுக்கு

1

கிண்டலாக மழை பெய்து கொண்டிருந்தது. மூன்று நாட்களாக இப்படித்தான். புழலேரியில் நீர் மட்டம் ஐந்து மி.மீ.தான் உயர்ந்திருப்பதாகத் தந்திப் பேப்பரில் போட்டிருக்கிறான். கிண்டல்தானே?... வெளியே போக முடியவில்லை. பிரின்ஸ்பாலைப் போய் உதைத்துவிட்டு வருவதற்கு முடியவில்லை. பிரின்ஸ்பால் செய்த புண்ணியம்.

இன்று போயாக வேண்டும். ரூம் வாசலில் பியூன் இருந்தால் அவனையும் உதைக்க வேண்டும். பெரும்பாலும் அவன் இருப்பதில்லை. ஓ.ஸி. டீ குடிக்க கேன்டீன் பக்கம் திரிந்து கொண்டிருப்பான். உள்ளே நுழைந் ததும் பிரின்ஸ் பால் எகிறுவான். 'என்ன? என்ன? நாய் நுழையற மாதிரி நுழையறதா?' என்பான். பயப்படவே கூடாது. 'நுழைஞ்சா என்னடா?' என்று கேட்க வேண்டும். பிரின்ஸ்பால் பயந்து போய் பெல்லைத் தட்டுவான். 'பியூன், பியூன்' என்று கத்துவான். பளார் என்று கன்னத்தில் அறைய வேண்டும்.

அறைந்ததும் கத்துவானா? ஓடுவானா? திருப்பித் தாக்குவானா?...

சின்னதாகக் கத்தி இருந்தால் நல்லது. 'பெசாம இருடா'னு சொல்லலாம். கத்தினால் குளோஸ் பண்ணிவிடுவேன் என்று அதட்டலாம். பாவம் சிறுநீர் கழிந்துவிடுவான். கத்தி எல்லாம் வேண்டாம். கிழம், இரண்டு தட்டுத் தட்டினால் அடங்கிவிடும்.

'போலீஸிடம் சொல்லுவேன்' என்பான்.

'ஸ்டெல்லா மேரிஸ், தேர்ட் இயர் ஜுவாலஜி தானே உம் பொண்ணு...? பேரென்னது?' என்று கேட்டால் போலீஸ் பக்கம் போக மாட்டான். எனக்குத் தேவை பெண் அல்ல; முகரக்கட்டை.

மழைதான் கழுத்தறுக்கிறது, மூன்று நாட்களாக. 'ஆறுவது சினம்.'

ஆனால் எனக்கு ஆறவில்லை. மூன்றாவது நாளில் முற்றியிருக்கிறது. எங்கே பிரின்ஸ்பாலைக் கொலை செய்துவிடுவேனா என்று பயமாக இருக்கிறது.

நேற்று கனவில் பிரின்ஸ்பால் என் காலைப் பிடித்துக் கொண்டு கெஞ்சுகிறான். ஒரு ட்ரங்க் பெட்டி நிறைய மார்க் லிஸ்டுகளைக் கொடுத்து, 'எல்லாத்தையும் எடுத்துக்கோ... எல்லாம் உன்னதுதான்' என்கிறான். 'இவ்வளவு வேண்டாம்' என்கிறேன். 'என் ஆயாவுடைய ட்ரங்க் பெட்டி உனக்கு எப்படி கிடைத்தது?' என்கிறேன். பெட்டியோடு தூக்கி என்னிடத்தில் கொடுக்கிறான். வயலட் நிறத்தில் இருந்த ஒரே ஒரு மார்க் லிஸ்ட்டை மட்டும் எடுத்துக் கொள்கிறேன்... வயலட் நிறத்தில்?...

சர்வர் வந்து "என்ன வேணும்?" என்பதை மலையாளம் போலக் கேட்டான்.

"சாப்ட்டாச்சு" என்றேன்.

அவன் இரண்டாவது முறையாக வந்து கேட்டு விட்டுப் போகிறான். எவ்வளவு நேரம் உட்கார்ந்திருந்தால் இவனுக்கென்ன? இவன் அப்பமூட்டு ஒட்டலா? தண்ணீர் பையனைக் கூப்பிட்டு, ஸிஸர்ஸ் ஒன்று வாங்கி வரச் சொன்னேன். அவனுக்கு ஐந்து காசு கொடுக்க நினைத்துத் தவிர்த்தேன்.

இருந்த ரூபாயில் சிகரெட்டுக்காக அறுபது காசு போயாயிற்று. டீக்கு எழுபது காசு கொடுக்க வேண்டும். இன்றைய பொழுதுக்கு இன்னும் ஒரு டீயும் இரண்டு சிகரெட்டுகளும் அவசியம். தண்ணீர்ப் பையன் நேற்றுகூட. அஞ்சு காசு வாங்கிக் கொண்டான். அவன் கொஞ்ச நேரம் தயங்கி இருந்து விட்டுப் போனான்.

'போ கண்ணா! எல்லாவற்றையும் கணக்கு வைத்துக் கொள். நல்ல வேலை கிடைத்ததும் 'பைசல்' செய்கிறேன்.'

அப்பா சொன்னது மாதிரி பி.ஏ. படித்திருக்கலாம். எண்பது சதவீதம் மார்க் எடுத்துவிட்டு பி.ஏ., வுக்குப் போக விருப்பமில்லை. பி.ஏ., லாம் ஒரு படிப்பா? என்னை விட்டால் மூணு மாசத்தில் இரண்டு பி.ஏ., எழுதுவேன். அசோகர் மரம் நட்டதையே திரும்பித் திரும்பிப் படிக்க வெட்கமாக இல்லை? அப்பாவுக்கென்ன...? ராஜசேகர் பி.ஏ.,தான் படித்தார். டெலிகிராப்ல மூவாயிரம் சம்பாதிக்கிறார். நீயும் அந்த மாதிரி படித்திருந்தால் அவர் மாதிரி ஆகியிருக்கலாம் என்று ஆசை காட்டுவார். ராஜசேகர் இருபது வருஷத்திற்கு முன்னாடி பி.ஏ., படித்தார். இப்ப...?

இந்த மாதிரி சொல்றதுக்கு டிபன்ஸ் மெக்கானிஸமாம். பிராய்ட் சொல்லிட்டார். 'நம்மால எதாவது முடியலைனா அதைத் தாக்கிப் பேசறது டிபன்ஸ் மெக்கானிஸம்...' சுகுமார் நேற்று சொன்னான்.

'டேய் சுகுமார்... பாலிடெக்னிக் சீட் கிடைக்காம 'சைக்காலஜி' போய்ச் சேந்துட்டு, என்னைப் பாத்து டிபன்ஸ் மெக்கானிஸம்னு கிண்டல் பண்றியா? இர்றா வர்ரேன். சைக்காலஜில பிச்.டி., வாங்கறண்டா... சைக்காலஜி பத்தி என்னைக் கேளுடா சொல்றேன். 'எரிக் பிராம்' என்ன சொல்லியிருக்கான் தெரியுமா உனக்கு? காலேஜில சொல்லிக் குடுத்திருக்க மாட்டான். என்னைக் கேளு சொல்றேன்.

'எம்பாடத்தில் இருந்து நானும் ஒண்ணு கேட்டா நீ சொல்லுவியாடா மடையா... சின்னதா கேக்கறேன். டிஃபரன்சியேஷன்ல ஆயிலர் தியரம்?... வேணாம் தாங்க மாட்டே... ம்... சைன் பார்ட்டி பைவ்... போதும்டா. இதச் சொல்லுபோதும். அப்பிடினா யாருனு கேப்ப...'

மழை நின்றது மாதிரி இருந்தது. எழுந்து வந்து கல்லா மேசையில் எழுபது பைசாவைப் போட்டு விட்டு சைக்கிளை நகர்த்தினேன்.

பின் வீலில் காற்று கம்மி. டயரை அழுத்திப் பார்த்துவிட்டு, கையில் ஒட்டிய சேறை மட்கார்டில் துடைத்தது போக மீதியை என் பேண்ட்டிலேயே துடைத்துக் கொண்டேன். கருப்புப் பேண்ட்டில் தெரியவா போகிறது? தெரிந்தால் என்னா? இவனுங்க நடத்தற காலேஜுக்கு டீசன்டா வேற போகணுமா? பிரின்ஸ்பாலை உதைக்கறதுக்கு எதுக்கு டீசென்ட்ஸீ...?

ஸ்டெர்லிங் ரோட் போகிறவரை உணர முடியவில்லை. சைக்கிளை ஓட்டிக்கொண்டே பின் வீலைக் குனிந்து பார்த்ததில், டயர் ரோட்டோடு பட்டையாய்ப் படிந்திருப்பது தெரிந்தது. இந்த மாதிரி நிலையில் ஏதாவது ஒரு கல்லின் மீது ஏற்றிவிட்டால் வேறு வினையே வேண்டாம். கையில் இருக்கிற காசு பஞ்சருக்கே சரியாய்ப் போகும். 'டீ' இல்லையென்றால் பிரின்ஸ்பாலை அடிக்கறதுக்கு கூட தெம்பிருக்காது. சே... பிரின்ஸ்பாலை அடிக்க கிளம்பியதே மறந்து போகிறது.

காற்றடிக்க சைக்கிள் கடையை மோப்பம் பிடித்தவாறே சென்றேன். காற்றடிக்க ரொம்பவும்தான் பிகு பண்ணுகின்றான்கள். என்னவோ இவன் பம்புல இருந்துதான் உலகத்துக்கே காற்று புரடியூஸ் பண்ணுவது மாதிரி... கடைகளில் ஃபோன் பண்ண வேண்டுமென்று கேட்டால், 'அவுட் ஆஃப் ஆர்டர்' என்று சொல்வது எவ்வளவு சகஜமோ அது மாதிரியாகிவிட்டது இதுவும்... 'காத்து இல்லப்பா...'

போன வாரம் அப்படித்தான் கணபதி கடையிலும் வாசர் போய்விட்டதென்று சொல்லிவிட்டான். வடிவேல் கடைக்குச் சென்றபோது காற்றுக்காக என்று தெரிந்ததும் கொஞ்ச நேரம் கண்டு கொள்ளவே இல்லை. காற்றடிக்க விருப்பமில்லை என்பதை அவமதிப்பின் மூலமாக உணர்த்துகிறார்கள்.

வேண்டா வெறுப்பாக, “காத்துலாம் இல்லப்பா” என்றான்.

ஆவேசமாக பாபு கடைக்குப் போனபோது, அவன் (காற்றுக்காக வந்திருக்கிறேன் என்று தெரிந்து கொண்டு) தலையைக்கூட நிமிர்ந்து பார்க்காமல், பஞ்சர் பார்த்த நிலையிலேயே உதட்டை மட்டும் பிதுக்கினான்.

கடைசியில் மணிவண்ணன்தான் சொல்லிவிட்டான். “யோவ் பம்ப குடேன்யா அவரு அடிச்சிக்றாரு. அவசரமா போவும் போது... கொஞ்சம் கூட இதுவே இல்லாம சொல்றியே?”என்றான்.

மணிவண்ணன் எதற்காகவோ என்னை ‘இன்ஜினியர்’ என்று மதித்தான். காலையில் தெருக் குழாயில் தண்ணி அடிக்கிற போதும் எனக்கு மட்டும் சைடில் இரண்டு குடம் பிடித்துக்கொள்ளச் சொல்வான். வரிசையில் நிற்கிற மொத்த ஜனங்களும் என்னை விரோதமாகப் பார்ப்பார்கள்.

அவனுக்கு நான் எப்படித் தெரியும் என்பதோ எனக்கு மணிவண்ணன் எப்படித் தெரியும் என்பதோ நினைவில்லை. சிறு வயதில், கோலி, காத்தாடி, பம்பரம் சம்பந்தமாக அறிமுகமானோம். அப்புறம் ஆறாவதிலிருந்து காலேஜ் முடிகிற வரை எல்லாம் தாத்தா வீட்டில் இருந்து நடை பெற்றது. வாரம் ஒரு முறை வரும்போது “இன்னாமா நட்ராஜி” என்பான்.

என்னை ஏனோ மதித்தான். அவன் இல்லை என்றால் காற்றடித்திருக்க முடியாது. காற்றடிக்க இவ்வளவு ரெகமண்டேஷன் என்றால் மார்க்ஸீட் வாங்க எவ்வளவு தேவையோ?

“மோட்டார் வெச்சி காத்தடிக்கிறாங்களே அங்க அடிச்சிக்கமா... அதான் ரைட்டு” என்று அறிவுரை சொன்னான்.

டியூப் வீக் போல இருந்தது. இரண்டு நாளைக்கு ஒரு முறை காற்று இறங்கிவிடுகிறது. டியூபாவது ஒன்று மாற்ற வேண்டும். இல்லை பம்பாவது ஒன்று வாங்க வேண்டும். ‘பம்ப்’ ‘செகனண்டில்’ முப்பது ரூபாயாவது இருக்கும். அஞ்சு மாதம் காசு மிச்சம் பண்ணி சைக்கிள் வாங்கினேன். ‘பம்ப்’ எத்தனை மாசமோ? வேலையில் சேர்ந்ததிலிருந்தே ‘பேண்ட்’ எடுக்க வேண்டுமென்று ஆவல். நூறு ரூபாய்க்குள். அத்தியாவசியங்களுக்கு நடுவே இது ஒரு ஆடம்பரம். ரேமண்ட் தவிர வேற எங்கேயும் பேண்ட் வாங்கமாட்டேனென்று அடம் பிடித்த காலம் ஒன்று உண்டு. அதெல்லாம்...

பிளாட்பார ஓரத்தில் பம்பும், பஞ்சர் செட்டும் பிரதான கருவிகளாய்க் கொண்டு ஒருவன் உட்கார்ந்திருந்தான். நம்பிக்கையோடு அணுகினேன்.

பாலிடெக்னிக் வாசலில் சைக்கிளைப் பூட்டிக்கொண்டு உள்ளே

நுழைந்தபோது, 'செம பிகர்ரா..." என்ற ரீதியில் பேசிக்கொண்டிருந்த பசங்களின் மீது பரிதாபமாக இருந்தது. 'கூறுகெட்ட பசங்களே ஒழுங்காப் படிங்கடா' என்று நினைத்துக் கொண்டேன். 'இப்ப தெரியாதுடா என்னைப் போல் மூன்று வருஷம் மார்க்சீட் வராம அவஸ்தைப்பட்டா அப்பத் தெரியும்...'

வராண்டாவில் சில பெண்கள் அமர்ந்திருந்தார்கள். சிலர் பிளாஸ்டிக் கூடை பின்னிக் கொண்டிருந்தார்கள். குறுக்கும் நெடுக்குமாய் உலவிக் கொண்டிருந்தார்கள். மாதர் சங்க விழா ஏதேனும் நடைபெறுகிறதா என்று தெரியவில்லை.

பிரின்ஸ்பால் அறைவாசலில் 'முதல்வர்' என்று தமிழில் பொறித்திருந்தார்கள். கதவு கொஞ்சமாகத் திருந்திருந்தது. வராண்டாவின் இருபுறமும் நீள் பார்வை பார்த்துவிட்டு கதவை லேசாகத் தள்ளியபோது கைகள் லேசாக நடுங்குவது மாதிரி இருந்தது. உள்ளங்கை, உள்ளங்கால் எல்லாம் வேர்த்துப் போயிருந்தது.

முதல்வர் இல்லை. ஃபேன் மட்டும் ஓடிக்கொண்டிருந்தது. முதல்வர் இருக்கையின் இடப் பக்கத்தில் ஒரு கப்போர்ட். 'என்னதான் வெச்சிருக்கானுங்களோ?' பூட்டியிருந்தது.

பிரின்ஸ்பாலின் சுழலும் இருக்கை, டேபிளுக்குச் செங்குத் தாகத் திரும்பியிருந்தது.

அதில் போய் உட்கார்ந்து ஒரு சுற்றுச் சுற்ற வேண்டும் என்றிருந்தாலும் அதுபோலச் செய்யவில்லை. மனம் துவண்டது. அடுத்து என்ன என்று திட்டம் இல்லை. இங் கேயே ஒரு மூலையாகப் படுத்துக்கொள்ளலாம்- பிரின்ஸ் பால் வருகிறவரை. மூர்க்கம் மழுங்கிப் போய்விட்டது. 'ஓ'வென்று கத்தலாமென்றோ, அழலாமென்றோ இருந்தது.

கோர்ஸ் கம்ப்ளீஷன் சர்டிபிகேட்டைக் கூட எங்கே வைத்தே னென்று தெரியவில்லை. நிரந்தவேலை இல்லை. இப்போது செய்கிற வேலை சித்தப்பா தயவில் கிடைத்தது. இன்னும் இரண்டு மாதத்தில் வேலை முடிந்துவிடும், போராடத் தெம்பில்லை. மூன்று வருடமாய் முடியாதது, இனி எப்போதும் முடியாதுபோலத் தோன்றியது.

வெளியேறுவதற்குத் திரும்பும்போது டேபிளின் மேல் முதல்வர் என்று எழுதப்பட்ட சமபக்க முக்கோணத்தை உடைய நீண்ட கட்டை கண்ணில் பட்டது. முதல்வர் என்று எழுதியிருந்ததைக் கீழ்ப்பக்கமாக திருப்பி வைத்தேன். இப்போது வெறும் கட்டை மட்டும் டேபிளின் மீது இருப்பது மாதிரி இருந்தது.

வெளியே வந்துவிட்டேன்.

பைத்தியக்காரன் மாதிரி என்னையே உணர்ந்தேன்.

"இன்னாயா கண்டுக்காத போற?" என்று டாய்லட்டிலிருந்து நரசிம்மன் வெளிப்பட்டான். சிவில் டிபார்ட்மண்ட் லேப் அஸிஸ்ட்டன்ட்.

"எனக்கு என்னா கழிட்டின, கண்டுக்கறதுக்கு?"

"இந்த வாட்டி, பாஸு நீ..."

"ஏதாவது சொல்லப் போறேன்யா... யார் இப்போ பாஸ் இல்லனு சொன்னது?... ஜிப்!"

குனிந்து பார்த்து நன்றாக இழுத்து விட்டான். "அதானே. மார்க் போடும்போது நான்தான் கூட இருந்தனே."

"மார்க் லிஸ்ட்டு வர்ல எனுக்கு."

"இந்த வாட்டியும் வர்லயா?"

"மூணு வருஷம் முடியுது."

"பிராக்டிகல் மட்டுந்தானா வேற பேப்பர் இருக்கா?"

"அது மட்டுந்தான். சிக்ஸ்த் செமஸ்டர் வித்எல்டு பண்ணி வெச்சிருக்காங்க..."

"வித்எல்ட் பண்ணி வச்சிருந்தா பாஸுனு அர்த்தம். பெயில்னா சொல்லிடுவாங்க."

"நம்ப முடியாதுயா இவனுங்களை."

"சரி வுடு... ரிசல்ட் எங்க கேட்டே?"

"டிபார்ட்மண்ட்ல..."

"வைஸ் பிரின்ஸ்பால் கிட்ட கேட்டியா?"

"அவனும் அதான் சொல்லுவான்."

"நீயாவே நெனச்சுக்னா எப்படி?"

"இருக்றாரா அவுரு?"

"காலைல பார்த்தனே."

"பிரின்ஸ்பால் வர்லயா?"

"அவுரு எதுக்கியா இதுக்லாம்?"

"த்தா... மூணு வருஷமா வரலைனா என்னா அர்த்தம்?"

"என்னை மாதிரி ஆளுங்ககிட்டக் கேட்டா என்ன பிரயோஜனம்?... வி.பி. கிட்ட ஒரு வாட்டியாவது சொன்னியா?"

"பார்த்துட்டு வரேன்."

"என்னைக் கண்டுக்க மாட்டியே?"

"பார்த்துட்டு வரேன் இரு."

வி.பி.யிடம் விளக்கியபோது வெறுப்புடன் கிளார்க்கை விட்டுத் தேடச் சொன்னார்.

கிளார்க், "என்ன டிபார்ட்மெண்ட்?" என்றான்.

"சிவில்."

"எப்போ எழுதினே?"

"மூணு வருஷமா வரலை."

கிளார்க் கோபமாக நிமிர்ந்தான்.

"தேய்ஞ்ச ரெக்கார்ட் மாதிரி அதையே சொல்றியே... கடைசியா எப்போ எழுதினே?"

"போன ஏப்ரல்."

ஒரு கட்டை எடுத்துப் பிரித்தான்.

"நம்பர்?"

சொன்னேன்.

"பேரு?"

"நட்ராஜ்... எஸ். நட்ராஜ்."

உதட்டைப் பிதுக்கினான். அசையாமல் நின்றேன். அவன் கொஞ்சம் பயந்திருக்க வேண்டும். "டிபார்ட்மண்ட்ல கேட்டியா?"

"மூணு வருஷமா கேட்டுக்னுதான் இருக்கேன்" என்றேன் அழுத்தமாய்.

வி.பி. தலையை நிமிர்ந்து பார்த்தார். "ஏம்பா சண்டை போடறதுக்கா வந்தே? மூணு வருஷமா வரலைனா எங்களை என்ன பண்ணச் சொல்றே? படிக்கும்போது ஊர் சுத்திட்டு இப்ப வந்து நின்னா?"

இரத்தம் முகம் நோக்கிப் பரவியது.

இவரையும் முறைத்தேன். "இங்கவா" என்றார். மேஜையின் அருகில் போய் நின்றேன். இவரது டேபிளிலும் பிரின்ஸ்பால் ரூமில் இருந்தது போல் பெயர் பொறித்த கட்டையிருந்தது.

கொஞ்சம் தணிந்த குரலில், "ஒழுங்காதானே எழுதினே?" என்றார்.

"எப்பவுமே நல்லாதான் எழுதறேன்."

சிரித்தார்.

"பின்ன ஏன் வரலை?" என்று என்னையே கேட்டார்.

"நீங்கதான் சொல்லணும்."

“காப்பியடிச்சியா?”

இது என்னைச் சீண்டுகிற கேள்வி. நான் ஒரு கொலை காரணமாக மாற நேர்ந்தால் இந்தக் கேள்வியை எவனாவது கேட்டதற்காகத்தான் இருக்கும். எப்படிக் கூசாமல் கேட்கிறான்கள்?

“எதுக்கு கேக்றேன்னா? மால்பிராக்டீஸ்னா சில சமயம் இந்த மாதிரி டிலே ஆகும். ஆனா மூணு வருஷம்லாம் டிலே ஆகறதுக்கு சான்ஸே இல்லை.”

“இல்ல சார்” என்றேன்.

“ஹெட் ஆபீஸ்ல கேட்டியா?”

“எனக்கு அங்க யாரும் தெரியாது.”

“தெரியலைனா என்ன?”

“ஆள் தெரிலைனா சட்டைப் பண்ண மாட்டாங்க.”

கொஞ்ச நேரம் பேசாமல் இருந்தார்.

“அப்புறம் உன் இஷ்டம்” என்றார்.

வெளியே வந்தேன்.

இன்னும் யாரைப் போய்ப் பார்ப்பது? முதல்வருக்கும், பிரதமருக்கும் கடிதம் எழுதலாமா? ஏதாவது சமூக நிறுவனங்கள்...? ஆக்‌ஷன் ப்ளீஸ்னு பத்திரிகைக்கு எழுதலாமா? என்கூட படித்தவனெல்லாம் ஏர்ப்போர்ட்டிலேயும், ரயில்வேயிலேயும், பிடபிள்யூ-விலும் வேலை செய்கிறார்கள். நான் மட்டும் மிதிக்கப்பட்டு விட்டேன். எதற்கும் உதவாமல் போனேன். பி.ஏ., படித்திருந்தால் இவ்வளவு தொல்லையில்லை இலங்கைத் தமிழருக்காக ஸ்ட்ரைக் பண்ணிக் கொண்டே பாஸ் செய்திருக்கலாம். தொழில் நுட்பத் தலைமையகத்தின் அட்டூழியம் என்னை இப்படியாக்கிவிட்டதென்று எழுதலாமா?

பாரீர், பாரீர் கொடுமை பாரீர்னு நோட்டீஸ் அடித்து ஒட்டலாம். எவனிடம் முறையிடுவேன்? கடவுளெல்லாம் தொழில்நுட்பத் தலைமையகத்துள் நுழைய முடியாது, யாராக இருந்தாலும் ரிஸப்னிலேயே நிறுத்திவிடுவான்.

வெளியே வந்து சைக்கிளைத் திறந்து நகர்த்தியபோது... எதிரே புன்னகைத்துக்கொண்டு வந்தவள்- இவள் எப்படி இங்கே?... ஆண்கள் கல்லூரியில்- யாரைத் தேடிக்கொண்டு?

என்னை நோக்கித்தான் வந்துகொண்டிருந்தாள், நீலா.

2

அப்போது இப்படி இல்லை. தயங்கிக் கொண்டு வந்தாள். இரண்டு மாதத்திற்கு முன்னால் ஒரு பேங்க்-கில். பேங்க் குஷியாக இருந்தது. இரண்டாந்தேதி. பணம் போடுவ தும், எடுப்பதுமாய் பரபரப்பு. எனக்கு அந்த மாதிரி பரபரப்பு இருக்க வாய்ப்பில்லை, நான் பாலகிருஷ்ணன் சாரின் பென்ஷன் பணம் வாங்க வந்திருந்தேன். 'சும்மாதானே இருக்கிறே? போயிட்டு வர்யா' என்று அவர் கேட்கும் போது என்னிடம் தகுந்த மறுப்பு இல்லை. நான் சும்மாதான் இருந்தேன். அன்று பனிரெண்டு மணிக்குத்தான் வேலை இருந்தது.

எனக்குத் தெரியும். நீலாவுக்கும் பேங்குக்கும் சம்பந்தம் வைத்துக்கொள்கிற அளவுக்கு பணவசதி இல்லை. எதற்காக வந்திருப்பாள் என்று யூகிக்கவும் விரும்பவில்லை.

அருகில் வந்து நின்றவளிடம் "சௌக்கியமா?" என்றேன்.

"உம்" என்று தலையசைத்தாள்.

பணத்தை எண்ணிச் சட்டைப் பையில் வைத்துக் கொண்டு "என்ன இவ்ளோ தூரம்" என்றேன்.

"டி.டி. எடுக்கணும்."

"டி.டி. சலான் ஒண்ணு குடுப்பா" என்று பியூனை நோக்கிக் குரல் கொடுத்தேன்.

"சலான் வாங்கிட்டேன்" என்றாள்.

"ஃபில்லப் பண்ணனுமா?"

"பண்ணிட்டேன்..."

எனக்கு மேற்கொண்டு என்ன பேசுவதென்று புரியவில்லை. தயங்கிக் கொண்டிருக்க நேரமும் இல்லை. பன்னிரெண்டு மணிக்குள் நான் தண்டையார்பேட்டை சைட்டில் இருக்க வேண்டும். இல்லாவிட்டால் ஐயர் கத்துவான்.

“எதுக்கு டி.டி.?” என்றேன் மேம்போக்காய்.

“கரஸ்பாண்டன்ஸ் பி.ஏ. படிக்கிறேன்”என்றாள்.

“ஹா(ங்)...”

“நானூத்தி எழுவது ரூபா...”

“கொள்ளை அடிக்கறானுங்க...”

“ஆமா...” சுற்றும் முற்றும் ஒருமுறை பார்த்துக் கொண்டாள். அவசரமாய்த் திரும்பி, “பணம் கொஞ்சம் குறைவா இருக்கு” என்றாள்.

‘பண உதவியெல்லாம் என்னால் செய்ய முடியாது. வீட்டுக்கு வந்து கட்டை பிளக்கச் சொன்னால் முயற்சி செய்வேன். தங்கைக்கு எத்ராஜில் ஃபார்ம் வாங்கி வரச் சொன்னாலும் எக்மோர் போகும்போது ஒரு எட்டு போய் வந்திருப்பேன். பணமெல்லாம் என்னிடம் இல்லை- என்னிடம் இல்லை பெண்ணே !’

“எவ்ளோ?”

முகம் பார்க்காமல் “அஞ்சு” என்றாள்.

எரிச்சலாக இருந்தது. வருகிற வழியில் ஞாபகமறதியாகக் கர்சீப் வாங்கியிருப்பாள்; அல்லது செருப்பு அறுந்திருக்கும். மானம் தாள முடியாமல் தைத்திருப்பாள். ஆனால் யாரை எதிர்பார்த்து பாங்குக்கு வந்தாள்?

ஐந்து ரூபாய் என்பது குறைவுதான். நிஜமாகவே எனக்கு உதவுகிற மனம் வரவில்லை. பதறிக்கொண்டு, ‘வித் கிரேட் பிளஷர்’ என்று வழிய முடியவில்லை.

“ஏன் நானூத்தி எழுவதுன்னு பர்ஸ்டே தெரியாதா?”

“தெரியும்... கரெக்டா கொண்டாந்துட்டேன்.”

“பின்ன? மிஸ்பண்ணிட்டீங்களா?”

நான் இவ்வளவு கேட்பேன் என்று அவள் எதிர்ப்பார்க்கவில்லை. அவள் தொண்டை ஏறி இறங்கியது.

“எக்சேஞ் சார்ஜ் அஞ்சு ரூபா கட்டணம்னு மறந்து வந்துட்டேன். ஃபில்லப் பண்ணும் போதுதான் ஞாபகம் வந்தது.... பன்னொன்றைக்கு பாங்க் குளோஸ் பண்ணிடுவாங்க. அதான்...”

யாரோ தலைமேல் தட்டியது மாதிரி சுதாரித்து நின்றேன்.

சட்டைப் பையில் கையை விட்டு பென்சன் பணத்தை எடுத்தேன். எட்டும் நூறு ரூபாய்த் தாள்கள் கவுண்டரில் கொடுத்து 'சேஞ்' என்றேன். பத்துக்களாகக் கொடுத்தார். மறுபடி ஒரு பத்தைக் கொடுத்து 'பைவ் ப்ளிஸ்" என்றேன். பெட்டியைத் திறந்து பார்த்து விட்டு, "ப்ளிச்" என்றார்.

மாற்றிக் கொடுக்க நேரமில்லை. பக்கத்தில் இருந்தவர்களிடம் கேட்டிருக்கலாம்தான். அவ்வளவு கறாராய்க் கொடுத்துவிட்டுப் போகத் தோன்றவில்லை. பத்து ரூபாய் கொடுத்துவிட்டு, "கரெக்டாவா கொண்டார்றது?" என்றேன்.

அதற்குள் அவள் பதில் சொல்லவிவல்லை.

"இன்னைக்குத்தான் லாஸ்ட் டேட்" என்றாள்,

பாலகிருஷ்ணன் சாருக்கு அஞ்சாந்தேதி கொடுக்கிறேன் என்று சமாளித்துக் கொள்ளலாம். பத்து ரூபாய் என்றால் அவரும் சமாளிப்பார் என்றே தோன்றியது.

அதன்பிறகு நீலாவை இப்போதுதான் பார்க்கிறேன், உற்சாகமாய் அவசரமாய் இருப்பவள் மாதிரி இருந்தாள்.

"உங்களுக்கும் இங்கதான் சென்ட்ரா?" என்றாள்.

'இப்போது எக்ச்சாம் எதுவும் இல்லையே'

"ரிசல்ட்டுக்காக வந்தேன்" என்றேன்.

"ரிசல்ட்டா...? என்ன சொல்றீங்கன்னு புரியலையே"

"என்ன கேக்றன்னு எனக்கும் புரியலை."

"டைப்ரைட்டிங் எக்ஸாம் நடக்குது இன்னைக்கு."

வாசல் பக்கம் திரும்பிப் பார்த்தேன். அதனால்தான் பெண்கள் கூட்டமா?

"நா அதுக்காக வரல. இது என் மதிப்பிற்குரிய காலேஜ். பரீட்சை எழுதினேன். ரிசல்ட்க்காக வந்தேன்."

"பாஸா?"

"உம்."

"கங்கராட்ஸ்."

"நா மூணு வருஷத்துக்கு முன்னாடியே பாஸ்."

விழித்தாள். "என்ன சொல்றீங்க நீங்க! பின்ன ஏன் இப்ப ரிசல்ட்டுக்கு வந்தீங்க?"

"மார்க் லிஸ்ட் தரமாட்றாங்க."

"மூணு வருஷமாவா?"

“உம்.”

“என்னங்க இது?”

“தெரியல.”

தெரியலைனா எப்படி? மூணு வருஷமா மார்க்சீட் கொடுக்காம என்ன பண்றாங்க?”

‘அரசியல்வாதிகளா ஊழல் பண்றாங்க’ என்று கேட்பது மாதிரி இருந்தது எனக்கு. “அரசாங்க உத்யோகம் வேற என்ன பண்ணுவாங்க தூங்குவானுங்க? நீங்க வேணா வந்து ஒரு வார்த்தை கேளுங்க.”

சிரித்தாள். ‘மத்தவங்களுக்கெல்லாம் வருதே.”

“எனக்கு வர்ல.”

“யுனிவர்சிடில கேட்டீங்களா?”

“இது யுனிவர்சிடில இல்லை... தொழில்நுட்பம்...”

“அங்கேதான் கேக்றதானே?”

“வேற ஏதாவது பேசுவோம். எனக்கு உங்களால் உதவ முடியாது, பணையக் கைதியா எவனையாவது புடிச்சு வெச்சிக்குனு மிரட்டினாத்தான் குடுப்பானுங்க...”

“அங்க போய் ஒருமுறை கேட்டுப் பாருங்க.”

“கேட்டேன்.”

“என்னவாம்?”

எனக்கென்னவோ சுவராஸ்யமாக பதில் சொல்கிற விஷயமில்லை இது எனப்பட்டது. இந்தமாதிரி எனக்கு அறிவுரையோ, ஆறுதலோ சொல்ல நினைத்தவர்கள் நூறு பேராவது இருப்பார்கள்.

“நீ எக்ஸாம் போகலையா?” என்றேன்.

“நா பேசறது அறுவையா இருக்கா?”

“அப்படியில்ல... இந்த மூணு வருஷத்தில ஒரு வருஷம் வேணும்னா விட்டுடுங்க. மீதி ரெண்டு வருஷத்தில இந்த மார்க்சீட்டுக்காக படாதபாடு பட்டாச்சு. அதனாலதான் யார்னா இதபத்திக் கேட்டா ரொம்ப அலுப்பா இருக்கு.”

அவன் எனக்காக வருந்தும் பாவனையில் இருந்தாள். படிக்கட்டில் போய்க்கொண்டும் வந்துகொண்டும் இருந்தவர்களைப் பார்த்தாள்.

“சரி நீங்க எக்ஸாமுக்கு ரெடியா இருங்க. டைப்பெல்லாம் தப்பில்லாம பண்ணுங்க.... வரட்டுமா?” என்று எத்தனித்தேன்.

“எனக்கு டென் டு டுவல்தர்ட்டி. இப்பதான் முடிஞ்சுது.”

“நல்லா பண்ணீங்களா?”

“டைப்பிங்கில ப்ராப்ளமில்லே ஃபோர்டீன் மினிட்ஸ்லயே முடிச்சுட்டேன். மெக்கானிஸத்திலதான் ரெண்டு தப்பு பண்ணிட்டேன்.”

“அப்ப பாஸ¬?”

“கடவுள் புண்ணியத்தில பாஸாயிட்டா நல்லாயிருக்கும்.”

“நல்லாதான எழுதியிருக்கே. அப்புறம் எதுக்குக் கடவுள் புண்ணியம்?”

“என்னாங்க இப்படிச் சொல்றீங்க! நீங்க பெரியார் கட்சியா?”

“கிழிஞ்சுது ஆளவிடுங்க. கடவுள் புண்ணியத்தில பாஸாயி கடவுள் புண்ணியத்தில வேலை கிடைச்சி கடவுள் புண்ணியத்தில கல்யாணமாகி, கடவுள் புண்ணியத்தில குழந்தை... கம்ப்ளீட்டா கடவுள் புண்ணியத்தில முடிச்சிடுவீங்க. உங்க ப்ராப்ளம் ஈஸி.”

“உங்களுக்கு மார்க் லிஸ்ட் கிடைக்கலங்கறதுக்காக இப்படி அன்பிலிவரா மாறிட்டீங்கன்னு நினைக்கிறேன். சரியா?”

“நா அந்த அளவுக்கு செல்ஃபிஷ் கிடையாது. அரசியல்வாதிகள் பண்ற அநியாயங்கள், ரேஷன் கடைல இருந்து கலெக்டர் ஆபீஸ்வரைக்கும் நடக்கிற ஊழல, தனியார் நிறுவனங்கள் சுரண்டல், சாதி இவ்வளவும் படைச்சவர் கடவுள்னா அந்தக் கடவுள் நமக்கு யூஸ் ஆகமாட்டார்னு முடிவு பண்னேன். வார்ல்ட் பத்தியும், ஸ்பேஸ் பத்தியும் படிச்சப்புறம் இது எல்லாம் ஒருத்தர் கண்ட்ரோல் பண்ற விஷயமில்லைனு தெரிஞ்சுது. தட்ஸ் ஆல்.”

“விஞ்ஞானம் இப்போ அதனோட எல்லைக்கு வந்துட்டா மாதிரி பேசறீங்க.”

“நா அப்படிச் சொல்லல.”

“இப்ப நடக்கிற எல்லாக் கண்டுபிடிப்புக்கும் விளக்கம் தர முடியுதுங்கிறதுக்காக இதில் கடவுளுடைய பங்கு என்னன்னு தெரிஞ்சுக்க வேண்டிய அவசியம் ஏற்படலை. இதுக்கல்லாம் என்ன காரணம்னு தெரியாத நிலை ஏற்படாதா?”

சிரித்தேன்.

“எதுக்குச் சிரிக்கிறீங்க?”

“மீரானு ஒருத்தர் கவிதை எழுதியிருந்தார்-

‘கடவுள்

இருக்கிறார் இல்லை.

வாதம் வளர்ந்தது.

மண்டை உடைந்தது.

இப்போது

ஒருவர் இல்லை.

ஒருவர் இருக்கிறார் உள்ளே...

போலீஸார்

புலன் விசாரிக்கிறார்கள்.'

இந்தச் சண்டை இப்ப ஓயாது போலிருக்கிறது."

"ஏன் இன்னும் தீரலை?"

"அது அப்படித்தான். ஒரு முனிவர் சாபம் குடுத்துட்டார்."

"கிண்டல் வேண்டாம். கடவுள் இருக்கிறார்னு நா நிரூபிக்கிறேன்."

"நீ இவ்ளோ பேசுவன்னு நா நினைக்கல."

"வேற விஷயம்னா பேசித்தான் இருக்கமாட்டேன். எனக்கு சரின்னு பட்டதை உங்களுக்கு விளக்கி ஆகணும்."

"விளக்குங்க... ஆனா இப்ப வேணாம். எனக்கு பேசறதுக்கும் தெம்பில்ல. கேக்கறதுக்கும் தெம்பில்ல...'

"சாப்பிட்லயா மத்யானம்?"

"காலைல என்னவோ சாப்டதா ஞாபகம்"

"வாங்க ஏதாவது சாப்பிட்லாம்"

"நோ... நோ... அதெல்லாம் எனக்கு சகஜம். முடிஞ்சா உங்க செலவுல ரெண்டு சிசர்ஸ் வாங்கிக் குடுங்க..."

"சிசர்?"

சிரித்தேன்.

"சலூன் வெக்கலாம்னு ஐடியா."

"இஸ் இட்?"

"நீங்க வேற, சிசர்ஸ்னா சிகரட்டோட பேர்."

"சிகரெட் பிடிப்பீங்களா நீங்க?"

அவள் என்னை ஒரு வில்லனைப் போலப் பார்த்தாள். நியாயம்தான். அவளின் குடும்பச் சூழல் அப்படி. அவள் அப்பா மில்லில் செய்து கொண்டிருந்த வேலையை எழுதிக் குடுத்துவிட்டு இப்போது ஏதோ கோவில் தர்மகர்த்தா, கோவில் செயற்குழு என்று சுற்றிக் கொண்டிருக்கிறார். என் வயதில் இதுவரை ஒரு

முறையும் நெற்றியில் திருநீரு இல்லாமல் பார்த்ததில்லை. வெற்றிலை போடுவதும் போதைப் பழக்கம் என்று நினைப்பவர் பரமசிவம்.

வீட்டில் ரேடியோ, டி.வி.போன்றவற்றில் கூட ஆடவர் வாடை இருந்துவிடக் கூடாதென்று அவற்றை வாங்கவில்லை. என்ன செய்வது பாவம்? மூன்று குழந்தைகளையும் பெண்களாகப் பெற்றெடுத்தாகிவிட்டது, கட்டுப்பாடு மிகவும் முக்கியம் என்று போதித்தார். பெண்கள் என்பவர் ஔவையார் மாதிரியோ, ஆண்டாள் போலவோ வாழ வேண்டும் என்பதைத் திணித்து வந்தார். இதையெல்லாம் எங்கள் வீட்டில் அவர்கள் வசித்தபோது பார்த்தது, இப்போது சற்றே தளர்ந்திருப்பார் என்று தோன்றியது. நீலா என்னுடன் இவ்வளவு பேசியதே எனக்கு ஆரம்பத்திலிருந்து ஓர் ஓரத்தில் அதிர்ச்சிதான்.

“சொல்லுங்க, இன்னும் என்னென்ன பழக்கம் இருக்குது உங்களுக்கு?”

“என்ன இதப்போய் சீரியஸா கேக்கறே?”

“சொல்லுங்க... வேற?”

“வேறே பழக்கம்லா கிடையாது.”

“சத்தியமா?”

எனக்கு எரிச்சலாக இருந்தது. ‘இவள் யார் இவ்வளவு கேள்விகள் கேட்பதற்கு?’ என்று தோன்ற ஆரம்பித்தது. அதுவும் வயிற்றெரிச்சல் கேள்விகள். குழந்தைத்தனமானவை. ‘சத்தியம்’ பண்ணச் சொல்லுகிற அளவுக்கு அசட்டுத்தனமானவை.

“லுக் நீலா... உனக்கு எப்படிப் புரிய வைக்கறதுனு தெரியலை. ரொம்ப சைல்டிஷ்ஷா இருக்கு உன் கேள்வி, ஒண்ணு செய். நான் கெட்டவன், சிகரெட் பிடிக்கறவன். இனிமே எங்கிட்ட பேசாதே!... என்னால இப்படித்தான் இருக்க முடியும்... நான் வரேன் சீக்கிரம் பஸ்ஸைப் பிடிச்சு வீட்டுக்கு போ...”

சைக்கிளை நகர்த்தி ஏறி அமர்ந்தேன். மெதுவாக, “ஐம் சாரி” என்று அவள் சொன்னதைச் காதில் போட்டுக் கொள்ளாமல் வேகமாகக் கடந்தேன்.

3

உண்மைதான். கூவம் எரிந்து கொண் டிருந்தது. சென்ட்ரலில் இருந்து பார்த்த போது கண்ணுக்கெட்டிய தூரம் வரை கூவத்தில் தீ.

தீ பரவுவதற்கு முன்னால் செய்தி பரவிக் கொண்டிருந்தது. பார்க் ஸ்டேஷனில் இறங்கிய போதே பேசிக் கொண்டார்கள். சந்தேகமாக இருந்தது. சதுப்புப் பகுதியில் அபூர்வமாக எரிவாயுக்கள் தோன்றி எரிவதுண்டு தான். ஆனாலும் இப்படியா?

'இதப்பார்றா... கூவம்' என்று சிரித்துக் கொண்டுப் பார்த்துக் கொண்டிருந்தவர்களுக்கும், வீட்டிற்கோ, அலுவலுக்கோ போய் இந்தக் கண்கொள்ளாக் காட்சியை விவரிக்க விரும்பிப் பார்த்துக் கொண்டிருந்த ஆர்வலர்க்கும் நடுவில், இன்னொரு விஷயமும் பரவிக் கொண்டிருந்தது.

'ஹார்பர்ல இருந்து மணலிக்குப் போற ஆயில் பைப்ல லீக் ஆவுதாம்.'

பயணிகள், பார்வையாளர்கள் கூடிக்கூடி பயந்து கொண்டிருந்தார்கள். ட்ரைன் கேன்சல் என்று புரளி. 'பக்' கென்றிருந்தது. பதினொரு மணிக்குள் தண்டையார் பேட்டை போயாக வேண்டும்.

"ட்ரைன் இல்லீங்களா?" என்றேன், யாரையும் முன்னிலையாகக் கொள்ளாமல்.

ஒருவர், "த்தா... எப்படி எரியுது?" என்றார் திரும்பி.

அவர் பார்த்த திசையில் நானும் காரணமில்லாமல் பார்த்தேன். சுதாரித்துத் திரும்பி கவுன்டரில் விசாரிப்பது நல்லதென்று உணர்ந்தேன்.

கவுன்டரில் குனிந்து, "ட்ரைன் இருக்குதா?" என்றேன்.

"எங்க போகணும்னு சொல்லு."

"தண்டையார் பேட்டை."

"இங்க சில்ர இல்ல கரெக்டா குடு."

அனிச்சையாய் பாக்கெட்டில் கையைவிட்டு, "இல்ல, 'சீசன் இருக்குது" என்றேன்.

"பாஸ்னா இங்க வந்து ஏன்யா கேக்றே?" என்றான் அதட்டலாய்.

உருவிக் கொண்டு ஓடினேன்.

10-40 வண்டி கிடைத்தால் நல்லது. வாட்சைப் பார்த்தேன். அகலிகை மாதிரி ஆகிப்போயிருந்தது. நான் ராமர்போல ஒரு தட்டுத்தட்டினால் மறுபடி உயிர் வரும். வினாடி முள் லேசாக வளைந்துவிட்டது. அடிக்கடி பெரிய முள்ளில் படிந்தபடி நின்று விடுகிறது.

ஸ்டேஷனில் மாட்டி வைத்திருந்த கடிகாரத்தில் மின் துல்லியமாய் மணி *10-30- 32....34* கடிகாரத்தை ஏழு இருபதிலிருந்து முன்னேற்றினேன்.

ஆசுவாசப்படுத்திக் கொண்டு ட்ரைனில் ஏறி அமர்ந்த போது- வேலைக்குப் போகிற அவசரம் மட்டும் இல்லை. என்றால்- நாமும் கூவம் எரிவதைப் பார்க்கலாம் போலத்தான் இருந்தது.

சைட்டில் வேலை மும்முரமாக இருந்தது. சிமெண்ட்டும் மணலும், ஜல்லியும் மிக்சரில் போட்டு கலக்கிக் கொண்டிருந்தார்கள். மேஸ்திரி மேற்பார்வை. சூப்ரவைசிங் போட்டிருந்த ஆறுமுகத்தைக் காணவில்லை. நானும். தாமதம் ஐயரிடம் எப்படிச் சமாளிப்பதென்று அவசரமாய் யோசித்தேன்.

மேஸ்திரி, "குட்மார்னிங் சார்" என்றான்.

"ஐயர் வன்ட்டாரராயா?" என்றேன்.

"ஒன்பது மணிக்கெல்லாம் வன்ட்டார். வேலை ஆரம்பிச்சிக் கொஞ்ச நேரம் ஆனவொன்னியதான் போனார்."

"திட்னாரரா?"

"பின்ன? மனுசன் பதினொரு மணிக்கு வரும்போது நீ எட்டு மணிக்கெல்லாம் வந்துருவே. அவுரு சீக்கிரமா வரும்போது நீ லேட்டு... ஆறுமுகம் சாரும் வரலை..."

"எங்க போனாரு...?"

"எக்மோர் சைட்டுக்கு... அடுத்தவாரம். பில்லர் போட்றதுக்கு

ஜல்லி ஆர்டர் பண்ணணும்னாரு. வேலூர்ல இருந்து டிரங்கால் வரும்னு ஓட்னாரு... இத்தோட சாங்காலம்தான் வருவாரு. நீ ஒக்காரு சாரு. நா சமாளிச்சிக்றேன் கிழவனை."

கிழவனைச் சமாளிப்பது சுலபம்தான் கைவசம் கற்பனைகள் இருக்க வேண்டும். உண்மையான காரணங்களை விட ஜோடிக்கிற காரணங்கள் கிழவனை சாந்தப்படுத்தும். எவ்வளவுதான் காலையில் எழுந்தாலும் அதற்கேற்ற வேலைகள் இருக்கும். பல் விளக்கிக் கொண்டதும் துணிகளைத் துவைத்துப் போட வேண்டியிருக்கும். அவ்வளவுதான். உலகம் விழித்துக் கொள்ளும். பத்துப் பனிரெண்டு ஒண்டுக் குடித்தனங்களின் போட்டியைச் சமாளிக்க வேண்டும். அவர்களில் வேலைக்குப் போகிறவர்கள், கல்லூரிக்குப் பேகிறவர்கள், கல்யாணத்திற்குப் போகிறவர்கள் இருக்கத்தான் செய்வார்கள். காலை ஏழிலிருந்து ஏழரைக்குள் ஏதாவது சில நிமிடத்தில், கக்கூஸினுள் கழிக்க வேண்டியிருக்கும். ஏழரையிலிருந்து எட்டு மணிக்குள் பாத்ரூமில் நுழைந்து, -அவசரமறிந்து சமைக்கப்பட்டிருந்தால்- எட்டிலிருந்து எட்டரையில் சாப்பிட்டு, எட்டரையிலிருந்து ஒன்பதுக்குள் வீட்டை விட்டு வெளியேறலாம். இரண்டு ரயில்களில் பயணம் செய்ததும் வேலை பார்க்கும் இடம்.

ஐயருக்குத் தினமும் இதே காரணத்தைச் சொன்னால் வேலையில் இருந்து எடுத்து விடுவான். ஊரில் தொலை தூரத்து உறவினன் இறந்ததாகவும், செய்தி சொல்ல வந்தவருக்குச் சிலரது வீடுகளைக் காண்பிக்க வேண்டியிருந்ததாகவும் சொல்லலாம். அம்மாவுக்கு உடம்பு சரியில்லை... சுமாரான காரணம்தான், ட்ரைன் லேட்... சமயத்தில் எடுபடாது. இப்படி ஏதாவது சொல்ல வேண்டும். எப்படியோ சமாளித்தாக வேண்டும், என்னுடைய சமாளிப்புகள் கிழவனுக்கு மிகவும் பிடிக்கும்கூட,

எனது தாத்தனுக்கு இந்தப் பிரச்சினை இல்லை. கிராமத்தில் இருந்தவர். வீட்டிலிருந்து அரை பர்லாங் தூரத்தில் அவரது நிலங்கள். உழைக்க வேண்டிய இடமும் உறங்க வேண்டிய இடமும் அருகருகே இருந்தன.

அப்பாவுக்கும் பரவாயில்லை. பகிங்காம் கர்னாடிக் மில்லில் வேலை. ஒரு நான்கு தெரு தள்ளி நடந்தே போய் விடுகிற தூரத்தில் வீடு.

நான்...

நான் வேலையாற்றுகிற இடம் எது? இன்றைக்குத் தண்டையார்பேட்டை. நாளை எக்மோரில் நடக்கலாம். அல்லது இரண்டு இடத்திலும் அலைய வேண்டியிருக்கும். அடுத்த மாதம்

வேலூருக்குப் போக வேண்டியிருக்கும். தினமும் வீடு மாற்ற முடியாது.

ரயில்வே காண்ட்ராக்டரிடம் வேலை. ரயில் போகிற வழிகளில் ஸ்டேஷன்கட்டுவார்கள். கேன்டீன்கட்டுவார்கள். ஏதாவது கிடங்கு அமைப்பார்கள். ஒழுங்காகக் கட்டப் படுகிறதா என்பதற்கு நானொரு பொறுப்பாளி. சூப்பர் வைசர்.

இதற்கு முன்னால் வேலை செய்த இடங்களெல்லாம் அபார்ட்மெண்ட் கட்டுகிற பேர் வழிகள், உயரமும் அகலமும் கொண்ட கட்டிடங்கள் கட்டுவார்கள். மூன்றாவது மாடியில் ப்ளாட்டை வாங்கியவன் இரண்டாவது மாடி கட்டிக் கொண்டிருக்கும்போதே உயிரெடுப்பதற்கு வருவான்.

என்னுடைய பாத்ரூம் இப்படி இருக்க வேண்டும். இன்ன மாதிரி டைல்ஸ் ஒட்ட வேண்டும். இந்த இடத்தில் ஜன்னல் வரவேண்டும். என்னுடைய பால்கனியில் ஃபேன் போட வேண்டும். என்றெல்லாம் சகட்டுமேனிக்கு நச்சரிப்பார்கள். அப்படியே செய்து தருவதாக சில சூப்ரவைசன்கள் அவர்களின் ஆசைகளைப் பணம் பண்ணிக் கொள்வார்கள்.

எத்தனைக்கு எத்தனை கலவை போடுகிறார்கள். எத்தனை எம். எம்.கம்பி கட்டுகிறார்கள்? சிமண்ட்டில், சாம்பலைக் கொஞ்சமாகக் கலக்குகிறார்களா? இதையல்லவா முதலில் கவனிக்க வேணும்? கலர், கலராகப் பெயிண்ட் அடிப்பதிலும் டைல்ஸ் ஒட்டுவதிலுமா ஒரு பில்டிங் உயிர் வாழப் போகிறது?

வீடு வாங்குவதில் உள்ள ஆசை, வீடு இரண்டு வருஷத்தினுள் விழுந்துவிடக்கூடாதே என்பதில் இல்லை.

இங்கு அப்படியில்லை. ரயில்வே காண்ட்ராக்டர்... அரசுக் கட்டிடம் கட்டும் பணி கொஞ்சம் பணத்தை எப்போதுமே பிடித்து வைத்திருக்கிறார்கள். விரிசல் வந்தால், ஏதாவது பெயர்த்து விழுந்தால் பதில் சொல்ல வேண்டியிருக்கும். காண்ட்ராக்ட் கேன்சலாகும். அக்கறையோடும், அரசாங்க பயத்தோடும் கட்டி முடிக்கப்பட வேண்டும்.

கட்டிடத்தை ஒரு சுற்று, சுற்றிவிட்டு வந்து நின்றேன். கிழக்குப் பக்கக் கன்னத்தில் சூரியன் இரத்தத்தை உறிஞ்சினான். சும்மா, நின்று கொண்டிருப்பவனுக்கே இப்படி இருந்தது. பாண்டுகளைத் தூக்கிக் கொண்டு படிகளில் ஏறிக் கொண்டும், இறங்கிக் கொண்டும் இருந்த பெண்களுக்கும், சிமண்ட்டோடு மணலை செம்புலப் பெயல் நீர்போல இரண்டறக் கலந்து கொண்டிருந்தவனுக்கும் சூரியன் எலும்பையும் சேர்த்து உறிஞ்சிக் கொண்டிருப்பது போலப் பட்டது.

நகர்ந்து ப்ளாஸ்ட்டிக் பீப்பாயை அடைந்து கையில் டம்ளரை எடுத்த நேரம் மேஸ்திரி “சூப்ரவைசர் சார்... சூப்ரவைசர் சார்” என்று மேல் மாடியில் இருந்து அலறினான்.

“தண்ணி குடிச்சிட்டு வரன் இருயா.”

“சார் டிரம்முல இருக்கிறது தண்ணி இல்ல... எண்ணய்... எண்ணய்...” என்றான் உரக்க.

பீப்பாயைத் திறந்து பார்த்ததில், கருப்புத் திரவம்.

“என்ன எண்ணய் இது?”

“மேல வா சொல்றேன்.”

பீப்பாயை மூடிவிட்டு, “குடிக்கத் தண்ணி வேணும்யா” என்றேன்.

“மேல வா இருக்குது” என்றான்.

மேலே போய்ப் பானையில் சில்லென்றிருந்த தண்ணியை மூன்று தம்ளர்வரை உள்ளே தள்ளினேன்.

“பானை ஏது புதுசு?”

“காலைல வாங்கினம்.”

“பீப்பாய்ல இருக்கறது என்ன எண்ணெய்?”

“சென்ட்ரிங் அடிக்கறதுக்கு யூஸ் ஆவும் இல்ல?” என்றான்.

“அதுக்கா... ஏது இவ்ளோ?”

“ஒண்ணுல்ல சார்... ஹார்பார்ல இருந்து வர்ற எண்ணப் பைப்பு எங்கயோ லீக் ஆவுது.”

“எங்க?”

“பக்கத்திலதான்...”என்று எழுந்து நின்று “அதோ தெரீல?” என்று காண்பித்தான். கருப்பாய் நிலமெங்கும் பரவியிருந்தது.

“எப்பத்துல இருந்து லீக் ஆவுது?”

“யாருக்குத் தெரியும்? காலைல வந்து பார்த்தா இந்த மாதிரி இருக்குது.”

“அதானா இது?... அடப்பாவி கூவலத்துல ஹோன்னு எரியுதே?”

“எங்க!”

“அட சென்ரலாண்ட பயங்கரமா எரிஞ்சிங் கடக்குதுயா... ஐ.ஓ.சி.க்கு யாராவது தகவல் குடுத்தாங்களான்னு தெரியலையே... பயங்கரமா எரியுது...”

“அவ்ளோ தூரம் போயிட்சா?”

"வரும்போது தான் பாத்துட்டு வந்தேன்றேன்."

"உன்னும் என்னா பண்ணிங் கிடக்றானுங்க பாவிங்க. எங்க லீக் ஆவுதுனு பாத்து அடைக்க வேண்டியதுதானே?"

"யார் அப்பன் மூட்டு பணம்?" என்றேன்.

"அவனுக்கில்லாத அக்கறை நமக்கின்னா சார்...? ஏதோ சென்ட்ரிங் அடிக்கறதுக்கு ஆச்சு."

கலவை கலந்த களைப்பில் சுவரோர நிழலில் உட்கார்ந்து பீடி பிடித்த பழனியை, "டே பழனி பீப்பால கொறவா இருக்குதே... ஃபுல்லா ஊத்தி வெக்கக் கூடாது" என்றான் மேஸ்திரி.

நான், "இன்னும் எதுக்கியா அது?" என்றேன்.

"வேஸ்ட்டா போறத எடுத்து வெச்சா உதவுது... டே... எழுந்து போடான்னா உக்காந்துக்குனு பீடி பிடிக்கறியே..."

"போறம்ப்பா" என்று அலுத்தான் பழனி.

"பீப்பாய்ல இருந்த தண்ணிய கீழ ஊத்திட்டு புல்லா ஆயிலை ஊத்தி வெக்க சொல்லிட்டு போயிக்றாரு ஐயரு.... தண்ணி குடிக்கறதுக்குப் பானை வாங்கியாற ரெண்ட் ரூபா குடுத்தார் சார்.... ரெண்ட் ரூபா... ரெண்டு ரூபால பானை வருமா சார்?" என்றான் மேஸ்திரி.

"பானை எவ்ளோ?"

"நீதான் சொல்லு?"

"என்ன ஒரு மூண்ரூபா இருக்கும்."

"ஐயருக்கு மேல இருப்ப சார் நீ... மூண்ரூபால வாங்கியாந்திரன் பாக்கலாம்?"

"சரி எவ்ளோன்ற இப்ப?"

"நால் ரூபா இல்லாத எவனும் தரமாட்டான்."

"சரி வுடு. கல் இல்லையே ஐயர்கிட்ட சொன்னியா?' என்றேன்.

அதன் பின் நான் கேட்ட கேள்வியில் மேஸ்திரி கொஞ்சம் வெறுப்புற்று மீனாட்சியைக் கிண்டல் பண்ணப் போய்விட்டான்.

சித்தாள்களில் மீனாட்சிக்கு வயசு கொஞ்சம் கம்மி. லோகநாதனின் மனைவி. லோகநாதன் எந்த நேரமும் தண்ணியில இருப்பான். பொண்டாட்டியை ஒரு மாதிரி மங்கலாக மட்டுமே பார்த்துப் பழக்கப்பட்டவன். நான்கு நாள் வேலைக்கு வந்தால், இரண்டு நாள் விடுமுறை என்கிற விகிதத்தில் வேலைக்கு வந்துபோனான்.

கொஞ்ச நாட்களாக மேஸ்திரி மீனாட்சியை வசியம் பண்ணத்

துவங்கியிருந்தான்.'

"என்னா இன்னைக்கு லோகநாதன் வரல?"

"அதுக்கு வவுத் நோவ்" என்றாள்.

"உம்... இன்னம் கொஞ்சம் குடிக்கச் சொல்லு."

"ஐய்ய.. நான் குடிக்க சொல்ற மாரிகிதே?"

"நானும்தான் குடிக்றேன். இப்படியா?" என்று கேட்டபடி மேஸ்திரி அவளோடு கூடவே படியில் இறங்கிப் போனான்.

அதிகபட்ச நிழல் இருந்த இடத்தில் நான்கு செங்கல்லைப் போட்டு அமர்ந்தேன். அப்படியும் காலெல்லாம் வெய்யில். அதிகம் நிழலிருந்த இடத்தில் செங்கல்லை அடுக்கி வைத்திருந்தார்கள்.

செங்கல்பற்றி பி.எஸ்.கே. சார் சொன்னது இப்பத்தான் கேட்ட மாதிரி ஞாபகம் வந்தது.

'பிரிக்ஸ் ஆர் ஸ்ட்ராங் இன் கம்பரஸன்... வீக் இன் டென்ஷன்.'

சிகரெட்டைக் கொளுத்திக் கொண்டு, இன்னமும் டிப்ளமோ வாங்காமல் இருப்பதை நினைத்துப் புழுங்கினேன்.

புழுங்கவிடாமல் பழனி அலறி அடித்துக்கொண்டு மேலே ஓடிவந்தான்.

"சார்... சார்... போலீசு" என்றான்.

என்னடா என்று விசாரிப்பதற்குள், தட்,தட் என்று பூட்ஸ் கால்கள் ஒலிக்கப் புதிதாகக் கட்டிய படிகள் அதிர்ந்தன. அவசரமாக எழுந்து நானும் இரண்டு படிகள் கீழ் நோக்கி எத்தனிக்க, மேஸ்திரியை இழுத்துக் கொண்டு போலீஸ்காரர்கள் மேல் நோக்கி வந்து கொண்டிருந்தனர்.

மேஸ்திரி "இன்னா சார் இது... சொக்காவ புடிச்சு இழுத்துக்கினு வர்றாங்க?" என்றான்.

"என்ன நடந்தது கீழ" என்றேன்.

மேஸ்திரி, "பழனி ஆயிலை எடுத்துக்கினு இருந்தான். இந்த ரெண்டு பேரும் தொரத்திக்கினு வரவே அவன் ஒரே ஓட்டமா ஓடியாண்டான்... நா மடக்கி இன்னான்னு கேட்டேன்... என்னை புடிச்சிகிறாங்க சார்..."

அதற்குள் ஒரு போலீஸ் ஓடிப்போய் பழனியைப் பிடித்தான்.

"எதுக்கு பிடிக்கிறீங்க?" என்று கேட்ட என்னை உதாசினப்படுத்தி விட்டு அவர்களைக் கெட்டியாக இழுத்துப் போக துவங்கினர்.

"இந்திக்காரங்க" என்றான் மேஸ்திரி.

“எக்ஸ்கியூஸ் மீ... வாட் யூ வாண்ட்?” என்று அவர்களை மறித்தபடி நின்றேன்.

மசியாமல் போகவே, பள்ளி காலத்தில் சஞ்சய் காந்தி புகுத்திய இந்தியில் , “எதற்காக?” என்றேன்.

ஒருவன் வசவசவென அடிவயிற்றில் இருந்து இந்தி பேசினான்.

மேஸ்திரி, “இன்னா சொல்றான் சார்?” என்றான்.

“பைப்பை ஒடச்சி ஆயில் திருடினதுக்காக-ன்றான்.”

“பைப்பா” என்று வாயைப் பிளந்து “யார் இவங்க?” என்றான்.

மேற்கொண்டு பேசவிடாமல் பழனியை ஆக்ரோஷமாய் இழுத்தனர்.

4

இந்தியன் ஆயில் கார்ப்பரேஷன் செக்யூரிட்டிகள்.

நான் மறுபடியும் ஓடி, கூடவே நடந்து, நாங்கள் உடைக்கவில்லை, ஏற்கெனவே உடைந்திருந்தது என்பதை ஏறக்குறைய சொன்னேன்.

"அங்க வந்து சொல்லு" என்றான்.

"எங்க?"

"ஐ.ஓ.ஸி."

மேற்கொண்டு இந்தி வராமல் போகவே, 'ப்ளீஸ், ப்ளீஸ்' என்றேன்.

மேஸ்திரி, 'யாரையாவது ஒருத்தரை இட்டும் போவச் சொல்லு சார்... ஏறுமாட்ட இசுக்கறாப்ல இசுக்கறாங்க" என்றான்.

பிராத்மடிக் இந்தியில், "யாரையாவது ஒருத்தரை அழைத்துப் போங்கள்" என்றேன்.

அவர்கள் சற்றே நடையை தளர்த்திக் குசு, குசுவெனப் பேச, மேஸ்திரி தன் வலுவால் விடுவித்துக் கொண்டான். " நா திருட்ல... நா டியூட்டி.... டியூட்டி...." என்று சொல்லிவிட்டு பழனியை வேண்டுமானால் பிடித்துக் கொள்ளுங்கள் என்று சைகையால் சொன்னான்.

அவர்கள் அங்கு வந்து பேசிக் கொள்ளும்படிக் கூறிவிட்டு நடக்க, "பயப்படாத போயிட்டு வா பழனி. ஓனர்கிட்ட சொல்லி சாயங்காலமே வெளியே கொண்டாந்திர்றேன்" என்று சொல்லியனுப்பினான் மேஸ்திரி.

ஐயருக்குத் தகவல் சொல்லும்படி மேஸ்திரியை அனுப்பினேன். டிரைனில் போய், அவசரமாய் ஆட்டோவில் ஐயரோடு வந்து இறங்கினான்.

ஐயருக்கு ஓடி வந்தவர் மாதிரி இரைத்தது.

"நட்ராஜி இன்னாப்பா இதெல்லாம்?" என்றார்.

"ஹார்பார்ல இருந்து மணலி போற பெட்ரோலியம் பைப்... லீக் ஆவுது இல்ல...?"

"ஆமா."

"நாமதான் ஒடைச்சம்னு பழனியைப் பிடிச்சின்னு போயிட்டாங்க சார்."

"பழனி ஆயில் எடுக்கப் போனானா?"

"ஆமா."

"அதான் ஒரு ட்ரம்ல அப்பவே ஆயில் எடுத்து வெச்சமே அப்புறம் ஏன் போனான்?"

"கொஞ்சம் கம்மியா இருந்துச்சின்னு."

"நீதான் அனுப்பிச்சியா?"

"மேஸ்திரி."

ஐயர் மேஸ்திரியை நெற்றிக்கண் தன்மையோடு முறைத்தார்.

"ஃபுல்லா எடுத்து வெக்கறதானேன்னு திட்டுவீங்க. அதனாலதான் அனுப்பிச்சன் சார்."

"மடப்பசங்களே" என்றார் மொத்தமாய்.

"எத்தினி வருஷம் உள்ள தள்ளுவானோ? நாந்தான் எடுக்கச் சொன்னேன்னு தெரிஞ்சா என்னையும் திருடன்னு ஃபோட்டா எடுத்து சென்ட்ரல் ஜெயில்ல மாட்டி வெச்சிருவாண்டா... மடையனுங்களா!... என்ன செய்வியோ ஏது செய்வியோ ஒரு சொட்டு ஆயில் கூட இருக்கக்கூடாது... பழையபடி கழுவி அதில தண்ணி ஊத்தி வை, எவனாவது வந்து பார்க்கப்போறான். எவ்ளோ நாளா இந்த வேலை நடக்குதுன்னு கேப்பான்...."

"நாம வாங்கினு வந்த ஆயில் கேன்ல இருக்குதே அது?" என்றான் மேஸ்திரி.

"சைட்ல ஆயிலே இருக்கக் கூடாது..."

அதே ஆட்டோ ஐ.ஓ.சி. நோக்கிப் பறக்க, ஐயர் காரணமில்லாமல், "உனுக்கு கூட மூளையே இல்லை" என்றார் என்னை.

எதற்கெல்லாம் மூளையே இல்லை என்கிறான் இந்த ஐயன்...

போன வாரம் அரை டஜன் மலை வாழைப்பழம் வாங்கி வரச் சொன்னார். வாங்கி வந்து கொடுத்தேன். அவர் எதிர்பார்த்த விலையைவிட அதிகம் கொடுத்து வாங்கிவிட்டிருந்தேன்.

“யூ ஆர் அ டெக்னிகல் மேன்... வாழைப்பழம் வாங்கத் தெரியலையே உனக்கு?... ஒரு டெக்னிகல் மேனிடம் இருக்க வேண்டிய மூளை இல்லை உன்கிட்ட” என்றார்.

வம்பாப் போச்சே! பாலிடெக்னிக்கில் வாழைப்பழம் வாங்கக் கூடவா கற்றுத் தருகிறார்கள்?

செக்யூரிட்டி ஆபிஸில் பெரிய அதிகாரிகள் டேபிளின் மீது முழங்கையை ஊன்றிக் கொண்டு சாந்தமாய் விசாரித்தார்கள். பெரிய உயரமாய், அதிகச் சிவப்பில் ஆங்கிலத்தில் பேசினார்கள்.

ஐயர் உஷாராய் இந்தியிலேயே ஆரம்பித்தார். அவர்களுக்குச் சமமாய் இந்தி பேசினார். இந்தியிலேயே அழுதார். எனக்கு ஒன்றுமே புரியவில்லை.

பிடித்துக்கொண்டு வந்தவர்களை அழைத்தார்கள்.

“பைப்பை உடைக்கும்போது பார்த்தாயா?” என்று விசாரித்தார்கள்.

சென்ட்ரல் ஸ்டேஷன் வரைக்கும் வேஸ்ட்டாக போய்க் கொண்டிருந்த ஆயிலைக் கொஞ்சம் எடுத்து வைத்ததற்கு இந்தப் பாடா என்றிருந்தது.

நான், ஆங்கிலத்தில், “சென்ட்ரல்...” என்று ஆரம்பித்தபோது ஐயர் காலை மிதித்து வாயைத் திறக்காதே என்று கண்டித்தார்.

நான் சொல்ல வந்ததைக் காது கொடுத்துக் கேட்க அவர்களும் தயாராக இல்லை. அவர்களாகப் பேசிக் கொண்டார்கள். பின்,

“பைப்பை உடைத்திருக்க மாட்டீர்கள் என்று நம்புகிறோம். ஆயில் திருடியதற்காக சிடி போலீஸில் ஒப்படைக்கிறோம்.” என்றார்கள்.

ஐயர் விடாப்பிடியாக “நாங்கள் திருடவே இல்லை” என்றார். அதற்கு மேல் ஐயரை மதிக்காமல் ‘கெட்- அவுட்’ என்றார்கள்.

நான் “சிட்டி போலீஸ்னா நாம பாத்துக்கலாம் சார்” என்றேன்.

“எப்படி?”

“தமிழ்ல கொஞ்சம் தெளிவா விளக்கலாம்.”

ஐயருக்கும் நம்பிக்கை வந்தது.

அவர்கள் வேறேதோ பேசிக் கொண்டிருக்க ஐயர் இடையில் புகுந்து, “தாங்க் யூ சார்” என்று சொல்லிட்டு வந்தார்.

நிதானமாய் லாக் அப்பில் இருந்த பழனியைப் பார்க்கப் போனோம்.

சப்-இன்ஸ்பெக்டரிடம் விளக்கினோம்.

கட்டிட வேலைக்கு சென்ட்ரிங் அடிப்பதற்காகக் கொஞ்ச.

ஆயில் எடுத்ததையும், குட்டை குட்டையாய் ரயில் பாதை எங்கும் நிறைந்திருப்பதையும், சென்ட்ரலில் கூவம் எரிந்ததையும் புட்டு புட்டு வைத்தோம்.

சப்- இன்ஸ்பெக்டர் கதை மாதிரிக் கேட்டுக் கொண்டிருந்து விட்டு, "இதே மாதிரி கோர்ட்ல சொல்லுங்க" என்றார்.

"கோர்ட் வரைக்கும் போய்த்தான் ஆகணுமா?"

"வேற என்ன பண்றது?"

ஐயர், "எங்க பரம்பரைலேயே யாரும் போலீஸ் ஸ்டேஷன்ல நுழைஞ்சதில்ல சார்" என்றார்.

"எங்க பரம்பரையும் தான்..." என்று சிரித்தார் சப்- இன்ஸ்பெக்டர்.

ஐயர் கீச்சுக்குரலில், "ஜல்லிக்கு ஆர்டர் பண்றதுக்கு எடுத்து வெச்ச பணம்... எவ்ளோன்னு எண்ணல. அப்படியே குடுத்திட்றேன்... விட்டுடுங்க சார்" என்று டேபிள் மேல் வைத்தார் பையை.

சப்- இன்ஸ்பெக்டர் கோபமாக, "எடுய்யா கைல... பெரிய மனுஷன்னு பார்த்தா...?" என்றார்.

ஐயர் இப்போது தமிழில் அழுதார்.

கோர்ட், கேஸ் என்று போய், அவர் தான் எடுத்து வைக்கச் சொன்னார்னு அவன் கோர்ட்ல சொல்ல தன்னையும் பிடித்துக் கொள்வார்களே என்று பயந்தார்.

"உன்னல்லாம் பிடிக்க மாட்டாங்க."

"பழனிய, எதுக்கு எடுத்தேன்னு கேட்டா சென்ட்ரிங் அடிக்கறதுக்கும்பான்... யார் ஓனர்னா?... நானு. எப்பிடி சார்? ஈஸியா என்னை மாட்டிவுட்ருவாங்களே."

"இதபார் உங்க ஆள்கிட்ட, அவனேதான் அவன் யூஸுக்காக எடுத்ததா சொல்லச் சொல்லு... ஏதோ ஃபைன் போடுவாங்க... கட்டிட்டு வெளியே கூட்டிட்டு வந்துரு."

"அவ்வளவு தானா?"

"அவ்ளதான்... ஆனா அவனோட பாஸ்போர்ட் சைஸ் போட்டோவும் பிங்கர் பிரிண்ட்டும் எடுத்து வெச்சிப்போம்."

"எதுக்கு சார்?"

"வழக்கமா எல்லாத் திருடனுக்கும் செய்றதுதான்."

"சார்!"

"ஒண்ணும் பிரச்னை இருக்காது போங்க."

"பழனியத் திருடன்னே முடிவு பண்ணிட்டீங்களா?"

“வேற...? ஐ.ஓ.சி.-ல இந்தத் திருடனை விசாரியுங்கள்’னு தான் எங்களுக்கு ஆர்டர்... அதாவது திருட்டுக்கேத்த தண்டனையை வாங்கித் தரச் சொல்லி... திருடவே இல்ல. சும்மா அந்தப்பக்கமா போனான்னு எப்படி நா கேஸைத் திருப்ப முடியுமா?”

“பழனி நல்லவன் சார்.”

“வேணும்னா ஒண்ணு செய்யுங்க... நீங்க அந்தப் பழிய ஏத்துக்கிட்டு, அவனை வெளியே விட்ருங்க.”

ஐயர் பயந்து போய், “நா வரேன் சார்” என்று எழுந்தார்.

பழனி இப்படித் திடீர் என்று ‘திருடன்’ என்று அறிவிக்கப்பட்டது சகித்துக் கொள்ள முடியாததாக இருந்தது. பழனி ஒரு அப்பாவி. அவன் அப்பாவித் தனத்திற்குப் பரிசாய், அவள் மனைவி வேறொருவனோடு ஓடிப்போனாள். வழக்கமாக அதற்குக் கோபம் வர வேண்டும் என்றுகூட அவன் அறிந்திருக்கவில்லை. மனைவியைப் பிரிந்த ஏக்கத்தில் வருந்தினான். அழுதான். யாரோ சொன்னார்கள் என்று எங்கோ கண்மறைவாகப் போய்க் குடித்தான். மறுபடி சாப்பாட்டிற்கு இல்லாமல் போகவே வேலைக்கு வந்தான். சம்பாதித்தான். சாப்பிட்டான். கண்ணாடிப் பிரேம் போட்டு வைத்திருந்த கல்யாணப் போட்டோவைப் பிரித்து, அவ்வப்போது பார்த்து அழுவதற்காக மணிபர்ஸில் வைத்துக் கொண்டான்.

ஐயர், “காபி சாப்பல்லாமா?” என்றார்.

இட்லி, மெதுவடை, போண்டா என்று சாப்பிட்டுக் கொண்டிருந்த போது, “சார் பழனி மத்யானம்கூட ஒண்ணுமே சாப்பிடலை” என்றேன்.

ஐயர் வாய் நிறைய போண்டாவோடு, கஷ்டப்பட்டு, ‘பச்’ என்றார். சர்வரை வேகமாக அழைத்து, “ரெண்டு தோசை பார்சல்” என்றார்.

“வேற?”

“ரெண்டு காபி.”

என்னிடம், “லாக் அப்ல இருந்தா ஸ்டேஷன் செலவுல சாப்பாடு போடணும்... கணக்கு எழுதிட்டு அவனுங்க சாப்ட்ருவானுங்க. சரி நாளைக்கும் கொஞ்சம் பொழுதோட வந்து இவனுக்கு டிபன், கிபன் வாங்கிக்குடு” என்றார்.

சூப்ரவைசர் என்ற பெயரில் முறைவாசல் வேலைகள். முன்பு ஒருமுறை “பேரன் கிரிக்கெட் பாக்கணும்னு கேக்றான். ஒரு நாளைக்கு அவனைக் கூட்டிண்டு போய் கூட்டியாந்துரு” என்றார்.

என் தம்பி ஒரு முறை கிரிக்கெட் விளையாடினதுக்காக என்னமாய் உதைத்தேன் என்று ஐயருக்குப் புரிய வைக்க முடியாது.

கிரிக்கெட் என்றால் அப்படி ஒரு வெறுப்பு, கிரவுண்ட் முழுக்க அவர்கள் பண்ணுகிற பந்தாவை என்னால் சகிக்க முடியவில்லை. நடுநடுவே ஒருவரை ஒருவர் நெருங்கிக் கலந்துரையாடும்போது பிடித்துக் கொண்டு சாத்தலாமா? என்றிருந்தது. என்ன பேசிக் கொள்வார்கள்? மிஞ்சிப் போனால், 'அவசரமா ஒண்ணுக்கு வருதுடான்னு சொல்லுவான்' அதற்கு இன்னொருத்தன், "உனுக்கு பரவால்ல... எனக்கு ரெண்டும்' என்பான்.

மறுக்க முடியாமல் நான்கு நாட்கள் கூட்டிக் கொண்டு போனேன். எனக்கேற்பட்ட பெரிய சந்தேகம்... பந்தை ஏன் அடிக்கடி அந்த இடத்தில் தேய்க்கிறார்கள்?...

"வக்கீல் ஏற்பாடு பண்ணிடுங்க சார்."

"எங்க வீட்டுக்குப் பக்கத்து வீடே வக்கீல் வீடுதான்... ரங்கராஜன் பி.ஏ., பி.எல்.... நைட் முடிச்சிர்றேன். அப்புறம் நீ இன்னொரு முக்கியமான வேல செய்யணுமே?"

"என்னது சார்?"

திருநீறு, குங்குமம் கலையாமல் நெற்றியைச் சொறிந்தார். "சரி வேணாம் வுடு, மேஸ்திரி கிட்ட சொல்லிக்றேன்" என்றார்.

'பில்'- ஐ வாங்கிக் கொண்டு கவுன்டரில் போய் நின்றபோது, ஐயர் பதறிப்போய், "பேக்" என்று சாப்பிட்ட டேபிளுக்கு ஓடினார்.

"பையா சார்?" என்று நானும் பதறிப்போய் தேட.... "சார் எவ்ளோ இருந்தது?"

"தெரில."

"ஸ்டேஷன்ல வெச்சீங்களே எடுத்தீங்களா?"

புருவத்தை உயர்த்தி, "ரைட்... ரைட்... அங்கதான் இருக்கும்" என்றார்.

"கொஞ்சம் இருங்கசார் நான் போய் தோசைய குடுத்துட்டு, எடுத்திட்டுவரேன்."

வெளியில் நின்றிருந்த கான்ஸ்டபிள் அனாவசியமாய் உள்ளே விடவில்லை. தோசையில் விஷம் வைத்திருப்பதாகச் சந்தேகித்தார். ஒரு பேக்கட் வில்ஸ் பிளேக் வாங்கித் தந்ததும், விஷம் நீங்கி, உள்ளே அனுப்பினார்.

லாக்கப்பில் பழனி பயந்திருந்தான்.

"சார் என்னைக் கையோட இட்டும் பூடு சார்" என்றான்.

"நாளைக்குக் கோர்ட்ல விசாரிச்சிட்டு விட்ருவாங்க. இன்னைக்கு ஒரு நாள் மட்டும் இரு பழனி."

"சார்" என்று அழுதான்.

"இதச் சாப்புடு... காலைல வந்து பாக்றேன்."

அவன் பிடிவாதமாய், "என்னை இட்டும் பூடு சார்" என்றான்.

"குடுத்திட்ட இல்ல... போய்க்கினே இரு..." என்றான். ஒரு போலீஸ்காரன்.

"பாவம் பயந்து போய் இருக்கிறான் சார்" என்றேன்.

ஏளனமாய் "தெரியும் சார்... நீங்க போங்க சார்" என்றான்.

"பழனி வர்ட்டா?"

பழனி ஒரு கையால் முகத்தைத் துடைத்துக் கொண்டு மறுகையை கம்பிகளின் வழியே ஆட்டினான்.

"எங்க ஓனர் பேக்- ஐ வெச்சிட்டுப் போயிட்டாரு."

"எங்கே?"

"இங்கேதான்" என்று டேபிளைக் காட்டினேன்.

கான்ஸ்டபிள் மேலோட்டமாய்ப் பார்த்துவிட்டு, "காணோமே" என்றான்.

"நல்லா பாருங்க சார். ரூபா இருக்குது அதில."

"காணம்னா இன்னா பண்ணச் சொல்றே?... சப்- இன்ஸ்பெக்டர் எடுத்து வெச்சிருப்பார்... நாளைக்கு வந்துபாரு... இப்பதான் வெளியே போனார்."

நாளைக்கு மட்டும் கிடைக்குமென்று நம்பிக்கை இல்லை. சாதாரண கான்ஸ்டபிள் கூட அதிகாரத் திமிரில் பேசுவது பொறுத்துக்கொள்வதாய் இல்லை. 'இப்பதரப் போறியா இல்லையா?' என்று கேட்டு விடத்துடித்தேன். இப்படிக் கேட்கத் துணிந்த அதே நேரத்தில் நான் ஸ்டேஷனைக் கடந்து விட்டிருந்தேன்... பிரின்ஸ்பாலை அடிக்கக் கிளம்பினாலும், போலீஸ்காரனை சட்டையைப் பிடித்துக் கண்டிக்க நினைத்தாலும், ஐயர் முறை வாசல் வேலையெல்லாம் வைக்கும் போதும் வருகிற கோபம் இப்படித்தான் புஸ்வாணமாகப் போகிறது.

பயம்... உண்மைக்கும் சட்டத்திற்கும் இடையிலிருக்கிற இடைவெளி அச்சுறுத்துகிறது. வெறும் உண்மைக்காக, எல்லாவற்றையும் பறிகொடுக்க வேண்டிய இக்கட்டைப் பற்றிய எண்ணம் கோபத்தை உள்ளேயே குமைய வைத்து அணைத்துவிடுகிறது.

ஐயர் பஸ் ஸ்டாண்ட் வந்து நின்றிருந்தார்.

"ஓட்டலுக்குப் பணம் குடுத்துட்டீங்களா?" என்றேன்.

“....ம்...”

“எப்பிடி சார்?”

“பாக்கெட்ல தனியா இருந்தது... என்னா ஆச்சு?” என்றார்.

“குடுத்துட்டேன்.”

“எதை?”

“தோசை.”

“ச்சு... பேக் கிடைச்சுதா?”

தீர்மானமான குரலில் “தரமாட்டன்றான்” என்றேன்.

“யாரு? சப்- இன்ஸ்பெக்ட்ரா?”

“அவர் போயிட்டார்... கான்ஸ்டபிள்.”

“தரமாட்டன்னா சொன்னான்?”

“அதான்.... காணம்னு சொல்றான்.”

ஐயர் சிரித்துக்கொண்டு என் முதுகில் தட்டினார்... “வீட்டுக்குத்தானே?” என்றார்.

‘சார்... சைட்....?” என்றேன்.

“வேணாம். காலைல பாத்துக்கலாம். ஆட்டோ ஒண்ணு கூப்புடு” என்றார்.

ஆட்டோவில் ஏறவும், “அந்த தங்கராஜை மறக்காம நைட் பாருங்க சார்” என்றேன்.

“எந்த தங்கராஜ்.”

“அட்வகேட்.”

“தங்கராஜ் இல்லப்பா... ஆமா உனக்கு ஏன் இவ்ளோ கோவம் வருது?...” என்றார்.

“இதையெல்லாம் நா கோவம்னே நினைக்ல சார்” என்றேன். மறுபடியும் திருத்தி, “கோவம்னா இது இல்ல சார்” என்றேன்.

ஐயர் பலமாகச் சிரித்தார்.

5

சென்ட்ரல் வந்ததும் ஆட்டோவில் இருந்து தப்பித்து, ஆபத்துக் குறைவான மின் ரயிலில் ஏறி, நுங்கம்பாக்கம் வந்தேன்.

ஸ்டேஷனிலேயே ஒரேயடியாய் இரண்டு சிசர்ஸ் புகைத்தேன்.

ஒவ்வொரு தினமும் இப்படியாகக் கழிந்தது-

'பிழைக்கிற வழியாகத் தெரியவில்லை. டிப்ளமாவை வாங்கினால்தான் ஓரளவுக்குப் பிழைக்கச் சான்ஸ்... தொழில் நுட்பத் தலைமையகத்திற்கும் ஒருமுறை போய் வரலாமா? என் கொயரிலேயே 'ஏகப்பட்ட கேள்வி. ஒருமுறை போனபோது 'என்ன ப்ராப்ளம் என்று எழுதிக் கொடுத்து விட்டுப் போ' என்றார்கள். பதினைந்து நாட்களுக்குள் மார்க் லிஸ்ட் வருமென்றார்கள். வரவில்லை.

மூன்று வருடம்... பாஸா? பெயிலா என்று தெரிந்து கொள்ளாமல் எப்படிப் படிக்கத் தோன்றும்? பாஸ் என்று நினைத்துக் கொள்ளலாம், சர்ச் வாலில் எழுதியிருக்குமே 'ஜீஸஸ் நெவர் ஃபெயில்ஸ்' என்று.

பசுவொன்று சாலையை அடைத்துக் கொண்டு, வாலைத் தூக்கி சிறுநீர் கழிந்தது.

'பசு மாடு கூட எரு மாடு மாதிரி ஆயிட்சிப்பா' என்று எல்லோரும் சலித்துக் கொண்டிருக்க, கடைசி நிமிஷத்தில் ஒருவர் ஓடி வந்து இரண்டு கையாலும் குழாய் தண்ணீர் மாதிரி பிடித்துத் தலையில் தெளித்துக் கொண்டார்.

அட! "சார்" என்றேன்.

சிறிதும் கூச்சமின்றி "என்னப்பா சௌக்கியமா?" என்று கேட்டுக் கொண்டே அருகில் வந்தார்.

நீலாவோட அப்பா, பரமசிவம் சார்...

இந்தக் கோலத்தில் அவரைப் பார்த்ததில் சற்றே கூச்சமும் அடைந்தேன்.

"வாடகைலாம் ரொம்ப ஏறிப் போச்சாமே?" என்றார்.

"நாங்க எர்நூர் ரூபா தர்றோம்" என்றேன்.

"நாங்க இருக்கும் போது நூர் ரூபா இல்ல?"

"ஆமா."

"அப்பா, அம்மாலாம் சௌக்கியமாப்பா?"

"...ம்..." என்று புளுகினேன். "எங்க இப்பிடி?" என்றேன்.

"பசங்களுக்கு யூனிபார்ம் எடுக்கறதுக்காக வந்தோம்" என்றார்.

அவர் இப்படிப் பன்மையில் சொன்னது அடக்கம் கருதியா (யாம் வந்தோம்!) அல்லது யாராவது உடன் வந்துளரா என்று பார்த்தேன்.

நீலாவும், அவள் தங்கையும் சாலையோரமாய் நின்றிருந்தார்கள். பரஸ்பரம் புன்னகை; அவர் அவசரமாய், "நாங்க வர்றோம்பா" என்று புறப்பட்டார்.

பெண்கள் கெட்டுவிடுவார்கள் என்று ரொம்பவும் பயந்தார். தூரத்தில் போய் நீலா ஒரு முறைதிரும்பிப் பார்த்தாள். நான் ஏனோ அவசரமாய்த் திரும்பி பசுவைப் பார்க்கத் தொடங்கினேன்.

ஆயா வீட்டில் இருக்கம்போது, 'கோமியம்' கேட்டு நிறையப் பெண்கள் வருவார்கள். மாடுகளின் பின்புறத்தில் காத்திருப்பார்கள். பிடித்து வைக்கும்படிச் சொம்பை கொடுத்து விட்டுப் போனால், அவசரத்திற்கு நான் எருமை மாட்டு நீரையும் பிடித்துக் கொடுத்தனுப்புவது வழக்கம். ஆயா, 'அப்படி ஏமாற்றுவது பாவம்' என்பாள்.

கனவுகள் பலிக்க வேண்டுமாயின், விடிவதற்கு முன் கண்ட கனவை பசுவின் காதில் போட்டு வைக்கும் வைதீகத்தின் படி 'ஜானு' வருவாள். விடியற்காலை பெரும்பாலும் நான் பால் கறக்கும் நேரம். பசுவின் காதாய் நானே மாறத் துடிக்கும் பருவம்.

'நினைத்தாலே இனிக்கும்' படம் வெளி வந்த சமயம். நான் கமல். ஜானு, ஜெயப்பிரதா.

போதாக் குறைக்கு, போகும்போது சிரித்துவிட்டுப் போவாள். குணசீலன் கிட்ட ஐடியா கேட்க, "வேற ஒண்ணுல்ல மச்சி. உங்காதுல சொல்றதுக்கு பதிலா மாடுங்கிறா... ச்சே... நான்னா எப்பவோ முட்சிட்ருப்பேன்" என்றான்.

'முட்சிட்ருப்பேன்' என்பது எனக்கு அப்போது புரியவில்லை. எந்த வினாடியிலும் அவளுக்காக உயிர் விடக் கூடிய மனநிலையில் இருந்தேன்.

தினமும் இரண்டு படி பால் வாங்குவார்கள். அவர்களுக்கு மருந்துக்கும் தண்ணீர் கலக்காத பால்.

அவர்களிடம் இரண்டு கார். எங்களிடம் ஒரு ஓட்டை சைக்கிள். வைக்கோல் பிரி, புண்ணாக்கு ஏற்றி வருவதற்கானது.

ஆயாவிடம் அடம் பிடித்து இரண்டு பெரிய பேண்ட்டுகள் எடுத்தேன்... அது பெல்பாட்டம் காலம்.

சர்வே பிராக்டிகல் இரண்டாவது பீரியடில் நடக்கும். சர்வே இன்ஸ்ட்ருமண்ட் என்னைப் பொறுத்தவரை பைனாகுலர். தூரத்தில் இருக்கும் ஏதாவது ஒரு குருவியை போக்கஸ் பண்ணி ரசிப்பேன். சகமாணவர்கள் ஓடியாடி 'ரீடீங்' எடுக்க, எனக்கு மட்டும் வெயிலில் மிளிரும் மரத்தின் துளிரைச் சரியாய் 'போக்கஸ்' பண்ண முடியாத கவலை.

ஆஹா... அந்த நேரத்தில்தான் சிங்கப்பூர் ஏர்லைன்ஸ் எங்கள் கல்லூரிக்கு மேலே பறக்கும். அதில் நானும், அவளும்.. கமலும் ஜெயப் பிரதாவுமாய்... (நினைத்தாலே இனிக்கும் சிங்கப்பூரில் எடுக்கப்பட்ட படம்).

அந்த செமஸ்டரில் ஒரே ஒரு சப்ஜெக்டில் மட்டும்தான் நான், எப்படியோ பாஸாகியிருந்தேன். கமல்ஹாசனாக இருந்தாலும் அவ்வளவுதான் முடிந்திருக்கும்.

அடுத்த வருடமென்பது என் காதல் தோல்வி வருடமாக இருந்தது.

ஒரு சாயங்கால வேளையில் ஜானு அவசரமாய் உள்ளே நுழைந்தாள். நான் விழுந்தடித்து டவலைப் போர்த்திக் கொண்டு, 'ஹலோ' சொல்ல அவள் அதை லட்சியம் செய்யாமல், "உங்க ஃபாட்டி இல்லையா?" என்றாள்.

நான் ஏதாவது ஆங்கிலத்தில் பதில் சொல்ல வேண்டும் என்று பதைத்தேன்.

'ஃபாட்டி வந்தா குடுக்றியா?" என்று அவள் நீட்டியது அவளது கல்யாண அழைப்பிதழ். போகும்போது அவள் ரகசியம் பேசிய மாட்டை அன்பாகத் தட்டிக் கொடுத்து விட்டுப் போனாள்.

சரியாக ஒரு வருடம் ஒரு தெய்வீகக் காதல் பறிபோன சோகம். கமல்ஹாசன் அந்தப் படத்தில் வரைவது மாதிரி உதடுகள் வரைந்தேன்.

அந்த இரண்டு வருடப் பைத்தியக்காரத்தனத்துக்கு காரணம்-

அந்தப் படமா? அவளா? குணசீலனா? ஆயா வீட்டு மாடா? வயசா? நான் படித்த படிப்பா?

முழுசாய் இரண்டு வருடம் வீண். கல்லூரியின் கடைசி வருடம். தேறுவதற்கு வாய்ப்பே இல்லை. எட்டுப் பேப்பர்கள் ஒரே தடவையில் எழுத வேண்டியிருந்தது. படிக்க ஆசை வந்த நேரத்தில், முடிக்க முடியாதென்று தீர்மானமாகத் தெரிந்தது.

அவளுக்காக என்னவெல்லாம் குரங்காட்டம் ஆடினேன். படிக்கிற வயசில், இளமையில்- இரண்டு வருடம் என்பது வாழ்நாளின் ஒரு பகுதியல்ல- பெரும் பகுதி. இப்போதுள்ள என்னுடைய ஐந்து வருடமும் அப்போதைய ஒரு வருடமும் சரி விகித சமம் கொண்டவை.

பி.எஸ்.கே. சார் தான் என்னை அணுகினார். தோள் மீது கை போட்டுக் கூட்டிப் போனார். "என்ன ப்ராப்ளம் சொல்லு?" என்றார்.

எனக்குச் சொல்லுகிற விஷயமாய்ப் படவில்லை.

"பாடம் புரியலையா?" என்றார்.

"....... ....."

"நீதான் மொத்த சப்ஜெக்ட்டும் பெயிலாகி இருக்கிற ஆள்... மத்த பேருக்கு இல்லாத ப்ராப்ளம் உனக்கு என்னன்னு தெரியணும்!"

"வீட்ல ரொம்ப வேலை சார்."

"என்ன வேலை?"

"தாத்தா வீட்ல தங்கிப் படிக்றேன்... தாத்தா வீட்ல பத்து மாடு இருக்கு. வைக்கோல் வாங்கியாறது, புண்ணாக்கு வாங்கியறாது, பால் கறக்கறது, கொண்டு போய்க் கொடுக் கிறது எல்லாமே நான்."

"ஐ... ஸீ..."

வருந்தினார்.

"கோனாரா நீங்க?"

"இல்ல சார்."

"நட்ராஜ்னு பேர் இருக்கும்போதே நினைச்சேன். கோனார்னா சைவப்பேர் வெக்க மாட்டாங்களே...? பின்ன எப்படி இந்தத் தொழில்?"

"அந்தக் காலத்தில் ஊர்ல இருந்து வரும்போது ரெண்டு மாடும்கூட கொண்டாந்திருக்காங்க... முதல்ல பக்கத்து வீட்டுக்கு ஆழாக்குப் பால் கொடுக்க ஆரம்பிச்சு அப்படியே..."

"முதல் வருஷம் நல்லாப் படிச்சியே?"

“........ ....”

முதல் வருடம் எல்லோருக்கும் பொதுவான படிப்பு, இரண்டாவது வருடம் எலக்ட்ரானிக்ஸ் துறை, சிவில் துறை, கெமிக்கல் துறை என்று பிரிவார்கள்.

“உனக்கு சிவில் டிபார்ட்மண்ட் பிடிச்சுதானே எடுத்தே?”

“இல்ல சார்... ஹாப்பன்ட் டு லார்ன்.”

முதல் வருடத்தில் ஏதாவது ஒரு சப்ஜக்ட்டில் பெயிலானவர்கள் சிவில் அல்லது கேட்ரிங் டெக்னாலஜியில் தூக்கி எறியப்படுவார்கள். பெயிலானவர்களுக்குத் தேர்ந்தெடுக்கும் உரிமை இல்லை. தாழ்ந்த ஜாதி படிப்பு மாதிரி சிவில் டிபார்ட்மண்டை கருதினார்கள்.

“பர்ஸ்ட் இயர் அரியஸ் இருந்ததா?”

“மேத்ஸ்.”

“என்ன படிக்கலாம்னு இருந்தே?”

“எலக்ட்ரானிக்ஸ்.”

“அதனால தான் சரியா படிக்கலையா?”

“ஆமா” என்று அப்போதைய அவசரத்தில் சொன்னேன்.

வராண்டாவில் மாணவர்கள் முறைப்படி குறுக்கும் நெடுக்குமாய் நகர, சிவில் துறையில் இருக்கிற விரும்பத் தக்க விஷயங்களை, இதற்கிருக்கிற வாய்ப்புகளைச் சொன்னார். பர்ஸ்ட்கிளாஸில் வந்தால், ‘ஆர்கிடெக்ட்’ பண்ணலாம் என்றார். வீட்டுக்கு வரச் சொல்லி நோட்ஸ்கள் கொடுத்தார். ஆர்கிடெக்ட் பற்றி கனம், கனமான புத்தகங்களை, வண்ண வண்ண படங்களைக் காட்டினார்.

ஒரு அமெரிக்க சஞ்சிகையில் வந்திருந்த விளம்பரத்தைக் காட்டி, “இது என்ன சொல்லு பார்க்கலாம்” என்றார்.

படு ராயலாய்... பொன் நிறத்தில் இருந்தது அந்த விளம்பரம். ஒன்றுமில்லை, அது ஒரு அறை. டாய்லட் ரூம். அந்த அறையை எப்படிப் பயன்படுத்துவதென்பதற்கே விளக்கவுரை அவசியம்!

கக்கூஸ் என்றால் அதற்குக் கதவு தேவையில்லை... அல்லது தாழ்ப்பாள் அவசியமில்லை, உள்ளே உட்கார்ந்தபடியே ஒரு கையால் பிடித்துக்கொள்ள வேண்டும். அல்லது கதவைச் சாத்தி கக்கூஸ் பக்கெட்டை அரணாக வைத்துவிட வேண்டும்... இப்படித்தான் நம்மவர்கள் கழிப்பறையை வீட்டின் கழிவுப் பொருள் போலப் பயன்படுத்துவார்கள்.

“என்னய்யா அசந்து போய்ட்டியா?” என்றார்.

“இந்த மாதிரி இருந்தா எனக்கு மனசே வராது சார்” என்றேன்.

ஓ... வென்று வெகு நேரம் சிரித்தார். மறுநாள் டிபார்ட்மண்டில் சக ஆசிரியடம் என்னை அறிமுகப்படுத்தி அவர்களையும் சிரிக்க வைத்தார்.

வெளிப்படையாக சொன்னதற்காகத் தட்டிக் கொடுத்தார்.

ஊக்கம்.. ஊக்கம்.

பத்திரமாய்த் தூக்கி நிறுத்தினார். மறுபடி குலைந்து விடாமல் பார்த்துக் கொண்டார்.

அடுத்து எழுதிய தேர்வில் எட்டு பேப்பரில் இரண்டு பேப்பர்தான் தோல்வி.

'பரவாயில்லை முடித்து விடலாம்' என்றார்.

ஒன்று சர்வே பிராக்டிகல்.

மற்றொன்று ஸ்ட்டெக்சுரல் டிசைன்.

பாக்கியிருந்த ஒரே செமஸ்டரில் சர்வே பிராக்டிகலை என்னால் முடிக்க முடியாமல் போனது. இன்டேனல் மார்க் மிகவும் குறைவாக இருந்தது. எக்ஸ்டேனலில் மட்டும் மார்க்கை குவித்துத் தேற வேண்டியிருந்தது. அதை முடித்து விட்டுத்தான் ஞ.ளு.மு. சாரின் முகத்தில் விழிப்பதாய் சங்கல்பம்.

அந்த ஒரு பேப்பரைத்தான் இன்றுவரை முடித்துவிட்டேனா இல்லையா என்று தெரியவில்லை. ரிசல்ட் வரவில்லை. 'காப்பியடிச்சி யான்னு' கேட்கிறார்கள், 'எழுதினியா இல்லையா'னு கேட்கிறார்கள்.

பி.எஸ்.கே. சாருக்கு தலைமையகத்தில் பலரைத் தெரியும். என்ன விவகாரம் என்று அறியமுடியும். ரோஷமாய் நாமே ஆராயலாம் என்று பிடிவாதம் இருந்தது.

இந்தப் பழனி விவகாரங்கள் முடிந்ததும் இரண்டு நாள் லீவ் போட்டுவிட்டு அலைய வேண்டும்.

கோர்ட்டில் முன்னரே தீர்மானித்தவர்கள் மாதிரி கேள்வி கேட்டார்கள்.

"திருடினாயா?" என்றார்கள்.

சாலையெல்லாம் வெள்ளமாய்ப் போன ஆயிலைக் கொஞ்சம் எடுத்துக்கொள்வது திருடுதலா என்றெல்லாம் திருப்பிக் கேட்கவில்லை.

பழனி, "ஆமாம்" என்றான் முன்னரே அறிவித்தபடி.

நூற்றியம்பது ரூபாய் ஃபைன். கோர்ட் பழனியைத் திருடனெனத் தீர்மானித்தது, ஃபோட்டோவும், கைரேகையும் எடுத்து வைத்துக்

தமிழ்மகன் | 49

கொண்டார்கள். எங்கேனும் திருட்டு நடந்தால் அதைப் பழனியா செய்தான் எனப் பார்ப்பதற்கு.

"ஐயா என்னைக் காப்பாத்திட்டீங்க... புண்ணியம்" என்று கோர்ட் வாசலிலேயே ஐயர் காலில் விழுந்தான். ஐயர் பெருந்தன்மையாக, "என்னடா பொல்லாத உதவி செஞ்சிட்டேன்" என்று தூக்கி நிறுத்தினார்.

திரும்பும்போது, "ரெண்டு நாள் லீவ் வேணும்" என்றேன் நான் ஐயரிடம்.

"எப்ப.?"

"நாளைக்கு... நாளண்ணைக்கு."

"பைத்தியமாடே... உனுக்கு? நாளைக்கும், நாளண்ணைக்கும் காங்க்ரீட் போடப்போறோம் தெரியுமில்லே..? சீக்கிரமா முடிக்கச் சொல்லி ஆர்டர் வந்திருக்கு. ஆறுமுகம் எக்மோர் சைட்ல இருப்பான். நீ திருவத்தூர்."

"சார்!"

"எதுக்குயா லீவு?"

"சர்டிகேட் விஷயமா காலேஜ் போகணும்."

"நாளைக்குத்தான் போகணுமா?... அடுத்தவாரம் போய்க்லாம்."

உரிமை மீறல்- என் எதிர்காலம் பற்றிய விஷயத்தில் இந்தக் கிழவனுக்கென்ன இவ்வளவு அலட்சியம்? ஏற்கெனவே மூணு வருஷ எக்ஸ்பீரியன்ஸ் லாஸ்... வேலையாவது மண்ணாங்கட்டியாவது என்று போய்விட முடியவில்லை.

"இல்ல சார் நாளைக்குப் போயாகணும்."

"எக்கேடானாலும் கெட்டுப்போ... வேலைவரும்போது தான்... என்னவோ சொல்வாங்களே அதுவரும் உனுக்கு. செரி... ஒண்ணு செய். இப்ப நேரா தண்டையார்பேட்டை போய் மேஸ்திரிய பாத்து, அங்க இருக்கிற மிக்சர் மிஷினை திருவத்தூருக்குக் கொண்டு போகச் சொல்லு... நைட்டுக்குள்ள திருவத்தூர் போய் சேர்ந்தாகணும். காலைல வேலை தொடங்கணும் சொல்லிட்றியா?"

"சரி சார்."

"இந்தா நூர் ரூபா இருக்கு... ஏதாவது வண்டி வெச்சி 'டோ' பண்ண சொல்லு."

நாளைக்கு லீவ் கிடைத்தால் போதுமென்றிருந்தது.

ரயிலை விட்டிறங்கி ஓட்டமும், நடையுமாய் சைட்டை அடைந்தேன். மேஸ்திரியைக் காணவில்லை.

“மேஸ்திரி எங்க?” என்றேன்.

“மூண் மணிக்கே போய்ட்டாரு.”

“எங்க?”

“டே, சொன்னாரா?” என்று பக்கத்தில் இருந்தவனை கேட்டான்.

“நாளைக்கிதான் வருவேன்னு சொல்லிட்டுப் பூட்டாரு.”

யாரிடம் ஒப்படைப்பது இந்த வேலையை?

“இந்த மிக்ஸர் மிஷன் நைட்டுக்குள் திருவத்தூர் போய்ச் சேர்த்தாகணும்” என்றேன்.

“அதெல்லாம் எங்களுக்குத் தெரியாது சார்” என்று போய் விட்டான்.

சிதம்பரத்தைக் கூப்பிட்டு விஷயத்தைச் சொன்னேன். “பேஜாரா இருக்குது சார்... போ சார்” என்றான்.

லோகநாதனுக்கு வயிற்றுவலி அதிகமாகி ஸ்டான்லியில் சேர்த்திருந்தார்கள். மீதி இரண்டுபேர் அரக்கோணத்தில் இருந்து வருகிறவர்கள். ஆறு மணிக்குக் கிளம்பினால்தான் ஒன்பது மணிக்கு வீடு போய்ச் சேரமுடியும். மீனாட்சியிடம் இந்த வேலையை ஒப்படைக்க முடியாது.

“மீனாட்சி வரலையா?” என்றேன்.

ஒருவரை ஒருவர் பார்த்து, “ம்” என்றார்கள்.

“எங்க?”

“பூட்சி.”

“எப்ப?” என்று கடிகாரத்தைப் பார்த்தேன். ஓடிக் கொண்டுதான் இருந்தது.

“மூன்மணிக்கி” என்றார்கள். அட, மேஸ்திரி!

6

கட்டிடத் தொழிலில் முன்னரே இதையெல்லாம் கேள்விப் பட்டிருக்கிறேன்.

நான்குமாடி, ஐந்துமாடி கட்டுகிற இடங்களில் சராசரியாய் ஐம்பது ரூம்கள் இருக்கிற இடத்தில் சில நேரங்களில் இது நிகழ்ந்துவிடும்.

ஏ.கே. பில்டர்ஸில் இருக்கும்போது சாப்பிட்ட களைப்பில், வேலைவாங்கும் தெம்பு இல்லாததால், ‘அப்பாடா’ என்று சட்டையைக் கழற்றித் தோள் மேல் போட்டுக் கொண்டு உட்கார்ந்தேன். வேலை வாங்குகிறவனுக்கே இவ்வளவு களைப்பு இருக்குதென்றால், வேலை செய்கிறவனுக்கு எப்படி இருக்கும்? என்பதை உத்தேசித்து ஆங்காங்கே உட்கார்ந்திருந்தவர்களை அவசரப் படுத்தாமல் பாதி சிகரட் வரை பிடித்தேன்- அப்போதெல்லாம் பில்டர் வில்ஸ்- மேற்கொண்டு பிடிக்க முடியவில்லை.

உண்ட களைப்பும், வெயிலும் சில்லென்ற புதிய சிமெண்ட் தரையும் உறக்கத்திற்கு அழைத்தன. மெதுவாக மேஸ்திரியைக் கூப்பிட்டு, “சீக்கிரம். மணி ரெண்டாகுதில்லை?” என்று சொல்லி விட்டு, அரைமணி நேரமாவது படுக்கலாம் என்று மூன்றாவது மாடிக்குப் போனேன். அங்கு தான் பாத்ரூமில் சேம்ப்பலுக்காக டைல்ஸ் ஒட்டி பளிங்கு சுத்தமாய் வைத்திருந்தார்கள்.

அதே சுத்தமான அறையைத்தான் அவர்களும் தேர்ந்தெடுத்திருந்தார்கள். ஹாலில் நுழைந்தபோதே ஆவேசமான அவர்களது கோலத்தைப் பார்க்க முடிந்தது.

அதே கணத்தில் ‘அடிங்...’ என்று முணகிக் கொண்டு விரைவாக அங்கிருந்து கடந்தேன். எனக்குதான் பட, படவென்று அடித்துக் கொண்டது. எதற்காக அவ்வளவு அவசரமாய் அவ்விடத்தைக் கடந்தேன் என்பது புரியவில்லை. வெறுப்பா? வெட்கமா? ச்செய்...

52 | மானுடப்பண்ணை

இவ்வளவு வெயிலில், களைப்பில், மறுபடியும் வேலை செய்ய வேண்டிய நிலையில்- எப்படி இந்த மாதிரி எண்ணம் எல்லாம் வரும்? கிடைத்த கொஞ்சநேரத்தில் அக்கடா வென்று விழுந்து கிடப்போமென்றில்லாமல்... என்ன வேலை இது?...

அது சரி, தூங்க வேண்டுமென்று போன எனக்குமல்லவா அதன் பிறகு தூக்கம் போய்விட்டது?

... இப்ப என்ன?

மிக்ஷர் மிஷினைக் கொண்டுபோய் திருவற்றூரில் சேர்க்க வேண்டும். அவ்வளவுதானே?

டெம்போ ஷெட்-டில் நான் ஒருவனை, மிக்ஷர் மிஷினை 'டோ' பண்ண வருவாயா? என்று விவரிக்க, "தன்பாலே... போவாதே" என்று குரல் கொடுத்து அவனை தடுத்தான் இன்னொருவன்.

"எவ்ளோ கேக்றீங்க? அத சொல்லுங்க" என்றேன்.

"வேணாம்பா" என்றான். "இல்ல தன்பாலே... போன வாட்டி அப்டிதான்... சும்மா கியரை போட்டு கொழந்த மாதிரி எடுந்தேன்... த்தா 'படாக்' கொக்கியே 'கிராக்' ஆயிட்சி" என்றான்.

"அந்த மாதிரி ஆனா பாத்துக்றேன்."

"வேணாம்பா எங்களுக்கு வேற வேலகிது."

"எப்பவுமே டெம்போல எடுத்துப் போறோம். இப்படி ஆனா நா பாத்துக்கிறேன்."

"அட போப்பா... இன்னாத்த பாத்துக்குவே... எப்பிடி உடைஞ்சிருக்குதுன்னா?" ஓவென்று சிரித்தான்.

கூட இருந்தவன், "த்தா... திருவிளையாடல்ல நாகேஷ் சிவாதி கிட்ட சொல்வானே அது மாதிரி கிதுடா நீ சொல்றது... எங்கெங்க வீங்கியிருக்குதுன்னா..."எனக்கூறி அவனும் சிரித்தான்.

"அந்தப் படத்தில் நாகேஷ் தான்டா தூளு."

"வர்றீங்களா இல்லையா?" என்றேன்.

"அதான் அப்பயே சொல்ட்டமே...?"

"ப்ளிச்" என்றேன்.

"சரிய்ய்... எங்கிருந்து எடுத்துப் போவணும்?"

"தண்டையார் பேட்டை ஸ்டேஷன் இருக்கில்ல...?"

ஒருவன் இடையில் மறித்துப் பெரியதாய் கும்பிடு போட்டான். 'பர்ஸ்ட்டே சொல்லியிருக்கக் கூடாதா?... மச்சி ஒரே சேறு... மாட்டிகிச்சினா கிரேன் எட்தாந்துதான் வெளியே எடுக்கணும்...

உங்கிட்ட கிரேன் இருக்குதில்ல?...” என்று அசுரத்தனமாய்ச் சிரித்தான்.

மெல்ல நகர்ந்து சுற்றுப்பட்டில் வேறு வாகனங்கள் கிடைக்குமா என்று பார்த்து, கடிகாரத்தைப் பார்த்தால், மணி ஏழு. இருட்ட, இருட்ட வண்டி கிடைக்காதென்று தோன்றியது. காலையில் சைட்டில் மிஷின் இல்லையென்றால் ஐயர் குடலை உருவி விடுவான். எவ்வளவு அவஸ்தைப் பட்டோமென்று புரியாமல், ‘உன்னால முடியலைனா எங்கிட்டுச் சொல்லிட்டு போறதானே?... புத்தி போறல... ஆர் யூ ஹாவிங் பிரைன்? என்று முகத்திலடித்தாற்போல கேட்பான்.

திரும்பவும் டெம்போக்காரர்களிடமே போய் “வேற யாராச்சும் வருவாங்களா?” என்றேன்.

அவர்கள் பதில் சொல்லவில்லை. அவர்களே ஒருவருக்கொருவர் பார்த்துக் கொண்டனர். “எவ்ளோ தரே?” என்றான் ஒருவன்.

போய் வருவதற்குள் இவர்கள் ஏதோ முடிவு செய்திருப்பார்கள் என்று பட்டது.

“நீங்க சொல்லுங்க.”

சட்டையினுள் கையைவிட்டு மார்பில் பரக், பரக்கென்று சொறிந்தவாறே, ‘பேஜார் புட்ச வேலை... பாவம் அவஸ்தைப் பட்றியேன்னு வர்றோம்... ஏறி உள்ள உக்காரு” என்றான்.

“எவ்ளோன்னு சொல்லலையே.”

“எர்நூத்தம்பது குடுத்துடு.”

“எர் நூத்தி...?” என்றேன்.

“அம்பது.”

“என்னங்க இது!... ஒரு லிட்டர் டீசல் போதும் இங்கிருந்து திருவத்தூர் போறதுக்கு.”

“ஒரு லிட்டர்னா... மூன் ரூபாக்கு வர சொல்றியா?”

“பாத்துச் சொல்லுங்க.”

“சரி, இரவத்தஞ்சி தள்ளிடு.”

“நூர் ரூபா தரேன்” என்றேன்.

“அப்ப நீ வேற ஆளு பாத்துக்க.”

“வேற ஆள் இருக்றாங்களா?”

அவன் பீடியை ஆர்வமாகக் கொளுத்திக் கொண்டே, “இங்க கிடையாது... திருவத்தூர்ல போய் பாரு” என்றான்.

அது அவ்வளவு சுலபமில்லை. அங்கிருக்கிறவன் இன்னும் முரண்டு பிடிப்பான். இருட்டு வேறு அதிகரித்துக் கொண்டே இருந்தது.

எந்தத் திசை நோக்கி நடப்பதென்று புரியவில்லை. எந்தத் திசையில் வண்டியோடு எனக்கொருவன் காத்திருக்கிறான் என்பதைக் கணிக்க முடியவில்லை. ஒரு அவசரத்திற்கு டீக்கடைகள் இருந்த திக்கை நோக்கி நடந்தேன்.

இரண்டு நாள் விடுமுறை கேட்டால், இரண்டு நாள் உழைப்பை ஒரேடியாய் ஒரு சாயங்காலத்தில் உழைக்க வேண்டியிருக்கிறது.

பாஸ்கர் இப்ப ஏர்போர்ட்ல இருக்கான். அவனும் அரியஸ் வைத்து பாஸ் பண்ணினவன்தான். பதினொரு மணிக்கு வேலைக்குப் போய் ஐந்து மணிக்கு உட்கார்ந்த இடத்தில் பேண்ட் கசங்காமல் வெளியே வருகிறான்.... ச்சே... டேவிட்... ஏ.ஐ.ஆர்.-ல சைட் இன்ஜினியர்... மச்சம்டா... மச்சம்.... அந்தமான்ல ரேடியோ ஸ்டேஷன் கட்றதுக்குப் போயிருக்கார்... 'அழகிய மலையே, குளிர்ந்த தென்றலே'ன்னு கவிதை எழுதி அனுப்றான்.

சர்டிபிகேட்டை வாங்கியாகணும்...

"டீ ஒண்ணு ஸ்ட்ராங்கா."

உயிரே போனாலும்... அதை வாங்கிட்டுத்தான் சாகணும். என்கொரியாவது, மண்ணாங்கட்டியாவது. நாளைக்கு நேராக உள்ளே போக வேண்டும். நாளைக்கு எவனையாவது செவுளைப் பெயர்த்துவிட வேண்டும்.

டீயைக் கையில் சொருகிவிட்டுப் போனான்.

டீக்கடை எதிரில் ஒரு மாட்டு வண்டியில் நான்கு பேர் உட்கார்ந்து டீ குடித்துக் கொண்டிருந்தார்கள்.

அதானே...

"சவாரி வருமா?" என்றேன்.

ஆளுக்கொரு கேள்வி கேட்டார்கள். ஒருத்தன், "எங்க" என்றான். ஒருத்தன் 'என்ன அடிக்கணும்?' என்றான். ஒருத்தன் 'இப்பயா?' என்றான்.

ஒருவன் மட்டும், "முடியாதுய்யா... மாட்டுக்குத் தண்ணி வைக்கணும்" என்று தெளிவாகச் சொன்னான்.

"தண்ணி வெச்சிட்டுதான் வாங்க" என்றேன்.

"அட, லேட் ஆவும்பா"

"பரவால்ல."

“அர அவுர் ஆவும் பரவால்யா?”

“...ம்...”

“இன்னேது ஏத்திம் போவணும்?”

“.....”

“இன்னேதுப்பான்றனே?”

“மிக்ஷர் மிஷின்... சிமிட்டி, கலவ கலக்றாங்களே... அது... ‘டோ’ பண்ணணும்”என்றேன் தயங்கி.

“சும்மார்யா” என்று திரும்பிக் கொண்டான்.

என்னுடைய அவசரத்தை நிதானமாக விளக்கினேன். எல்லாம் சரிதான் என்று ஒத்துக் கொண்டான். வருவதற்கு மட்டும் முடியவே முடியாதென்றான்.

“இப்பதான் ரெட்டில்ஸ்லருந்து சவாரி ஓட்டிக்னு வந்தேன். அறுவது மூட்டை தூக்கிப் போட்டேன்... காலைல இருந்து, யோசிச்சுப்பாரு. உடம்புல சுட்தண்ணிய ஊத்திக்னு படுக்கணும் நானு.”

“வேற யாராவது இருந்தா சொல்லி விடுங்களேன்,” என்றேன்.

“முத்து போவானான்னு கேட்டுப் பார்றா...”

“அவ(ன்) எப்பவோ தண்ணியடிச்சிட்டுத் தூங்கிட்டான்.”

மணி ஏழரை-

மாட்டுக்குத் தண்ணீர் காண்பித்துவிட்டு எட்டு மணி வாக்கில் மாட்டு வண்டியில் மிக்ஷர் மிஷினைப் பூட்டினோம். மாட்டுக்கும் திராணியில்லை. பின்புறம் மூவரும் தள்ளினோம்.

வழியெங்கும் அவர்கள் நொந்தார்கள் “சொன்னா கேக்க மாட்டன்றியே... மாட்டை இப்படி வேலை வாங்கினா காலைல கசாப்பு கடைக்குதான் அனுப்பணும். எழுந்துக்குமா மாடு?... உனக்கின்னா வந்தது? உன் வேலை முடிஞ்சா சரின்னு நினைக்கிறே... எதுக்கும் ஒரு லிமிட் இருக்குதுய்யா!” என்றான். முதலில் அவன் என்னை ‘சார்’ என்று கூப்பிட்டுக் கொண்டிருந்தான்.

மாட்டை வைத்துப் பிழைக்கிறவனுக்கு, மாட்டின் மேல் இவ்வளவு அக்கறை இருக்கிறது. என்னை வைத்துப் பிழைக்கிறவனுக்கு...?

தொழில் நுட்பத் தலைமையகம் எப்போதும்போல இருந்தது. கெடுபிடிகள் மட்டும் சற்றே அதிகரித்திருந்தன. மாணவர்களை அனாவசியமாய் என்கொயரியைத் தாண்டி அனுமதிக்கவில்லை.

என்கொயரி டேபிளை சுற்றி மாணவர்கள் மூட்டமாய்

இருந்தார்கள்.

"என்ன வேணும் உனக்கு?" என்றான் முதலில் என்னை.

"எக்ஸாமினேஷன் செக்ஷன் போகணும்."

"அதான் என்னா வேணும்?"

இவனுக்கு என்னவென்று விளக்குவது?

"மார்க்லிஸ்ட் வரலை."

"எப்ப எழுதினே?'

"மூணு வருஷமா எழுதறேன்... ரிசல்ட் வரலை."

சற்றே திடுக்கிட்டான்.

"இதுக்கு முன்னாடி எழுதிக் குடுத்தியா?"

"...ம்."

யோசித்தான். அது அவன் அறிவுக்கு அப்பாற்பட்ட விஷயம் போல இருக்கவே. "சரி... போய் பிரின்ஸ்பால் கிட்ட லட்டர் வாங்கினு வா" என்றான்.

இதற்காகத்தான் நான் இங்கெல்லாம் வருவதில்லை.

வரிசையாய் எல்லோரையும் விசாரித்துக்கொண்டே போனான். தோராயமாய் ஒரு சிலரை மட்டும் உள்ளே அனுப்பினான்.

ஒரு சிலவன் என்னைப் போல மார்க்லிஸ்ட் வராதவன் இருந்தான். ஒருவன் திருச்சியில் இருந்து வந்திருந்தான். அவனையும் பிரின்ஸ்பால் கிட்ட லட்டர் வாங்கிக் கொண்டு வா என்று திருச்சி என்னவோ பக்கத்துத் தெரு மாதிரி அனுப்பினான்.

"சார், திருச்சியிலிருந்து வரேன் சார்."

இரண்டு 'சார்'களுக்கு நடுவே விஷயத்தைச் சொன்னான்.

"ரூல்ஸ்ப்பா..." என்று சொல்லிவிட்டு வேறு பக்கம் திரும்பிக் கொண்டான்.

ஏராளமான தயக்கங்களுக்குப் பிறகு ஒவ்வொருவரும் விலகி வந்தனர்.

மய்யமாய், "என்னதான் நினைச்சுக்னு இருக்கிறானுங்க?" என்றேன்.

ஒருவன், " மூணு வருஷமாகத் திரியறேன்... இதே மாதிரி ஏதாவது சொல்றாங்க" என்றான்.

இன்னொருத்தன், "காலேஜ்ல இருக்கும்போதே முட்சிருக்கணும், எதனா ஒண்ணு ஆனா கேக்றதுக்கு 'மாஸ் இருக்குது... இப்பத்

தனித்தனியா வந்து கேட்கும்போது மசிய மாட்டான்றானுங்க" என்றான்.

நான், "இப்பகூட என்ன பத்து பேரா சேர்ந்து நேரா உள்ள நுழைஞ்சா என்ன பண்ணுவானுங்க?" என்றேன்.

"போலீசுக்கு ஃபோன் பண்ணிடுவாங்க.'?

"போலீசா இருந்தா என்ன?... அவங்களுக்கு நம்ம பிரச்சினைய விளக்கிச் சொல்ல வேண்டியதுதான்..."

இதற்குள் சில பேர், 'வந்த வேலையை கவனிப்போம்' என்ற ரீதியில் பிரின்ஸ்பாலை நோக்கிப் போக ஆரம்பித்தனர்.

திருச்சிக்காரன் கேண்டீனுக்கு அழைத்துப் போய் டீ வாங்கிக் கொடுத்தான்.

"உங்களுக்கு யார்னா ஆள் தெரியுமா?" என்று விசாரித்தான்.

"ஆள் தெரிஞ்சா ஏன் மூணு வருஷமா லோல்பட்றேன்? ..எதுக்கு ஆளு? எழுதின பரீட்சைக்கு ரிசல்ட்த் தர வேண்டியத்தானே?... தடி, தடியா உலாத்றானுங்களே என்ன பண்றானுங்க?" என்றேன்.

"தாம்பரத்ல ஒருத்தர் தெரிஞ்சவர் இருக்கிறார்... அவரதான் போய்ப் பார்க்கலாம்னு இருக்கேன்."

இரண்டு பேரின் 'வேவ்லெண்த்தும் மாறுபட்டிருந்தது. அவன் யாரையாவது பிடித்து அவனுடைய மார்க் லிஸ்ட்டை வாங்கிக் கொள்வதில் குறியாக இருந்தான்.

நான் "மார்க் லிஸ்ட்டைத் தருவது அவர்களின் வேலை... அந்த வேலையை ஒழுங்காகச் செய்ய வேண்டியதுதானே?" என்று சொல்லிக் கொண்டிருந்தேன்.

"அதெல்லாம் ஒண்ணும் வேணாங்க... பணம் எதுவும் குடுத்து வேஸ்ட் பண்ணாதீங்க... எல்லாரும் சேர்ந்து உதைச்சா தன்னால குடுப்பானுங்க" என்றேன்.

திருச்சிக்காரன் சிரித்தான்.

"நா வர்றேங்க... டயமாவுது" என்றான்.

7

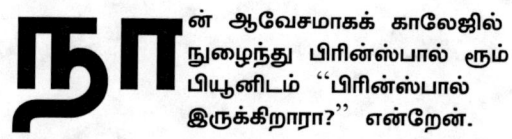

நான் ஆவேசமாகக் காலேஜில் நுழைந்து பிரின்ஸ்பால் ரூம் பியூனிடம் "பிரின்ஸ்பால் இருக்கிறாரா?" என்றேன்.

"எதுக்கு?"

'இன்றைக்கு யாரையோ செவுளைப் பெயர்க்கப் போகிறேன். நண்பரே! அதிகமாகக் கேள்வி கேட்காதே!'

சொன்னேன்.

"அதெல்லாம் வைஸ் பிரின்ஸ்பால்..."

"பிரின்ஸ்பால் கிட்டதான் லட்டர் வாங்கினு வர சொன்னாங்க."

"சொன்னா கேக்கமாட்டியா?"

"கேக்கமாட்டேன்."

"என்னது?"

"இன்னொரு முறை என்னைத் திரும்பியனுப்புவான்."

"எவ்ளோ பேர் வி.பி.கிட்ட வாங்கினு போறாங்க... என்னாப்பா நீ?"

பிரின்ஸ்பால் உள்ளே பெல்- ஐத் தட்ட விருட்டென்று உள்ளேப் போனான். பியூன், முதல்வர் அறையைச் சற்றே முறைத்துவிட்டு வி.பி. அறையை நோக்கிப் போனேன். வி.பி. தீவிரமாகப் படித்துக் கொண்டிருந்தார். இடையே ஒரு முறை நிமிர்ந்து பார்த்துவிட்டு- அவர் எதிர்பார்த்த பஸ் நானில்லை போல மறுபடி படிக்க ஆரம்பித்தார்.

"ஸார்" என்றேன்.

நிமிரவில்லை, 'ம்' என்றார்.

"மார்க் லிஸ்ட் வரல சார்."

"டி.டி.இ.-ல கேளுப்பான்னு சொன்னன் இல்ல?"...

"கேட்டேன்."

"...ம்."

"பிரின்ஸ்பால் கிட்ட லட்டர் வாங்கினு வர சொன்னாங்க."

"...ம்..."

"பிரின்ஸ்பால் கிட்ட போனேன்."

"...ம்....!" என்று அதிர்ந்து நிமிர்ந்தார்.

"பிரின்ஸ்பால் கிட்ட போனியா?" என்றார் பிரமிப்பாய்.

"உங்களப் பாக்கச் சொன்னார்."

"பிரின்ஸ்பாலா?"

ஆமாம் என்று சொல்லிவிட நினைத்தேன். எல்லோரும் அடிப்படையில் பயந்தவர்களே! வீணாக 'உதார்' விடுகிறார்கள். நதி கரை புரண்டால், புயலடித்தால், மின்னல் வெட்டினால் எல்லாவற்றிற்கும் கும்பிடு போட்டே பழகி வந்த கும்பல். இந்தப் பயம்தான் ஆண்டவனைக் கண்டு பிடித்தது; அணை போடவும் கண்டு பிடித்தது.

"இல்ல சார் பியூன்" என்றேன்.

சற்றே ஆசுவாசப்பட்டு, "என்னா விஷயம் சொல்லு?" என்றார்.

"மார்க் லிஸ்ட் வரலை."

'கிளிங்' என்று கிளார்க்கை வரவழைத்தார்.

"இவருக்கு ஒரு ஃபார்ம் கொடுத்து பில்லப் பண்ணி வாங்கி வை."

கொடுத்த பாரத்தில் எந்த தடவை மார்க் லிஸ்ட் வரவில்லை? ரிஜிஸ்டர் நம்பர் என்ன? என்ன பேப்பர்? என்றுகேட்டு மெல்லிதாக இடம் விட்டிருந்தார்கள்.

மறுபடியும் வி.பி.யிடம் போய், "இந்த இடம் பத்தாது சார்" என்றேன்.

"ஏன்?"

"இது வரைக்கும் அஞ்சு முறை எழுதியிருக்கேன். அவ்வளவு நம்பரையும் எழுத முடியாது..."

"அஞ்சு முறையா?"

“மூன்று வருஷமா எழுதறேன்,”

“இவ்ளோ நாளா என்ன பண்ணே?”

“ஒவ்வொரு முறையும் ரிசல்ட் வந்துதான்னு பார்ப்பேன்... இன்னும் வரலேம்பாங்க... பரீட்சைக்கு பணங்கட்ட நாளைக்குத் தான் லாஸ்ட் டேட்னும் சொல்லுவாங்க. எதுக்கும் பணம் கட்டிடுவோம்னு பணத்தை கட்டுவேன். வேலைக்குப் போறதா? படிக்கறதா?... இல்ல இதுக்காக அலையறதா?”

“என்னாய்யா நீ?”

“இன்னைக்கு கூட லீவ் போட்டுட்டுதான் வந்தேன்... உங்களுக்கே தெரியும்... பில்டிங் சூப்பர்வைசர்னா டுவல் அவர்ஸ் டியூட்டி... சிமண்டலயும், சுண்ணாம்பிலயும் வேலை...”

“முன்னகூட ஒரு முறை வந்தல்ல...?” என்றார்.

“இதுக்கு முன்னாடி இருந்த வி.பி. ரிடையர்ட் ஆயி போட்டார் சார்... நீங்க கூட என்னை நிறைய முறை பாத்திருக்கீங்க... மறந்திர்றீங்க.”

கிளார்க்கை வரவழைத்து வந்திருந்த அனைத்து மார்க் லிஸ்ட்டையும் அவர் கைப்பட ஆராய்ந்தார். ஒவ்வொரு கட்டைப் பிரித்துப் பார்க்கும்போதும், ‘நட்ராஜ்... நட்ராஜ்’ என்று முணு முணுத்தார். இனி என்னை மறக்கமாட்டார்.

முடிவாய் உதட்டைப் பிதுக்கி, “அஞ்சு முறை எழுதி யிருக்கியா?” என்றார்.

“.... ....”

கிளார்க்கை நோக்கி, “என்னவா இருக்கும்?” என்றார்.

கிளார்க் யோசித்து “மால் பிராக்டீஸ்னா கொஞ்சம் டிலே ஆகும் சார்... இடையே என்னை ஒரு முறை பார்த்தான். இரண்டாவது பரீட்சைப் பேப்பர்ல ரிஜிஸ்டர் நம்பர் மிஸ்டேக் பண்ணிட்டா இப்படியாகும்... மூணாவது...” மூன்றாவது காரணத்தை அவன் வெகு நேரம் யோசித்தான்.

வி.பி. “எந்தப் பேப்பர்?” என்றார்.

“சர்வே பிராக்டிகல்,”

“பிராக்டிகலா?” என்றான் கிளார்க்.

“பிராக்டிகலயா இத்தனை முறை எழுதுவே?”

“இப்ப எக்ஸாம் வெச்சாக் கூட என்னால பாஸ் பண்ண முடியும் சார்... இந்த நிமிஷத்தில...”

"ஒரு முறை கூடவா பாஸ்னு வரல?"

"எதுவுமே வர்ல. பெயில்னு வந்தாக்கூட பரவால்ல சார்."

வி.பி. ரொம்ப நேரம் சிரித்தார். உட்காரச் சொன்னார். கிளார்க்கிடம் பல ரிஜிஸ்டர்களை எடுத்து வரச் சொல்லி ஆராய்ந்தார். என் பொருட்டு, ஒரு அரசு நிறுவனத்தில் இவ்வளவு அக்கறையாய்ச் செயல்பட்டது மிகவும் பெருமிதமாகக் கூட இருந்தது.

கிளார்க், "சர்வே பிராக்டிகல்தானே?" என்றான் ஒரு கட்டத்தில்.

"ஆமா."

"இன்டேனல் மார்க் எவ்ளோ?"

"எட்டு."

அவன் ஆவேசமாய்த் திரும்பி, வி.பி.யிடம் "சார்" என்றான். "நம்ம ரிஜிஸ்டர்ல ஒண்ணுத்தில கூட இவரோட இன்டேனல் மார்க்கே இல்ல சார்."

"இல்லையா?"

"இன்டேனல் மார்க் இல்லாம எப்படி ரிசல்ட் வரும்?... அங்கயும் ஒரு வேளை இந்த மார்க் தெரியாம இருந்தா?"

வி.பி. "இன்டேனல் மார்க் தெரியாம எப்படிப்பா?" என்றார் என்னைப் பார்த்து.

"இதெல்லாம் ஒரு காரணமா சார்?"

"ஊந்தப்பு தானே?"

"உங்க கிட்ட என் இன்டேனல் மார்க் இல்லன்னு எனக்கு எப்படி சார் தெரியும்? எதையெதை எல்லாம் உங்ககிட்ட நான் தெரிவிக்கணும்னு எனக்கெப்படி தெரியும்?"

வி.பி. கொஞ்ச நேரம் அமைதியாய் பார்த்தார். தவறு. தவறு என் மேலா? அவர் மேலா? என்பது மாதிரிக் குழப்பத்தில் இருந்தார்.

"பிராக்டில்னா இன்டேனல் மார்க் வேணும்னு தெரியாதா!"

முழுப்பூசணிக்காயை சோற்றில் மறைத்தார். பச்சையாய் இது அவர்களின் கவனக்குறைவு.

"ஆயிரம் முறை வந்தனே சார். அப்பெல்லாம் ஏன் சொல்லல? மூணு வருஷமா நாயா அலைஞ்சிங் கடக்கிறனே?"

"சரி... இன்டேனல் மார்க் ஜிராக்ஸ் காப்பி ஒண்ணு கொண்டாந்து இந்த பாரம் ஃபில்லப் பண்ணிட்டு... கடைசியா எழுதின வருஷத்தையும் நம்பரையும் மட்டும் எழுது."

மூன்று வருஷம்- எம்ளாய்மெண்டில் என்னுடைய சீனியாரிட்டி

போய்விட்டது. வேலை கிடைத்திருந்தால் என்னுடைய சம்பள உயர்வுகள் காலம் தாழ்த்தப்பட்டு விட்டன. இதெல்லாம் கூட சிறிய விஷயங்கள். முன்னேறாமல் போனதுகூட பெரிய விஷயமல்ல. மூன்று வருஷத்தில் சிதைந்துபோன மனசு... அதுதான்... அதைச் சரிப்படுத்த எவ்வளவு காலம் பிடிக்கும் என்பதுதான் புரியவில்லை.

கமல் போலச் சிங்காரித்துக் கொண்டு நண்பர்கள் சகிதம் மகாபலிபுரம் வரை சைக்கிளில் பிக்னிக் போய், நரசிம்ம வர்மர் பக்கத்தில் நின்று காகிதத்தில் கிரீடம் செய்து நடராஜ் வர்மர் என்று எழுதி போட்டோ எடுத்துக் கொண்டது நான்தானா?... நடந்த நிகழ்ச்சிதானா? ஒரு முறை மாம்பலத்தில் போய்க் கொண்டிருந்த போது ஜானு என்னைப் பார்த்துப் புன்னகைத்ததற்காக நூறு கடிதங்கள் எழுதி, எழுதிக் கிழித்தது போன ஜன்மமா?...

தினம், தினம் தொழில் நுட்பக் கட்டிடத்திற்கு எப்போது 'பாம்' வைக்கலாம்? பிரின்ஸ்பாலை எப்போது உதைக்கலாம்; ஐயரை எப்படிப் பழிவாங்கலாம்? என்பதைத்தாண்டிச் சிந்திக்க முடியாமல் இருக்கும் இன்றைய எனக்கு. அந்த நட்ராஜை எங்கோ பார்த்த ஞாபகம் மாதிரிதான் இருக்கிறது.

இவ்வளவு செய்துவிட்டு ஒரு ஜிராக்ஸ் காப்பி கொண்டு வா சர்டிபிகேட் தருகிறோம் என்கிற அளவுக்கு சுலபமாக சொல் லிட்டார்கள். அரசாங்கத்தின் அசட்டுத்தனம் கவனக் குறைவின் சிகரம்.

மூன்று வருடம் ஒருத்தனை அழவைத்துவிட்டு 'அடடே அப்படியா' என்கிற அளவுக்குத்தான் வருந்தினார்கள்.

கேஸ் போட்டு நஷ்ட ஈடு கேட்கலாம். மாசத்துக்கு இவ்வள வென்று சம்பளம் போட்டுத் தாருங்கள் என்று கேட்கலாம். எல்லாப் பத்திரிகைகளிலும் எழுதிப்போட்டு ஒரு கலக்குக் கலக்கலாம்.

அரசாங்கத்தை எதிர்ப்பதற்கு வலுவில்லை. இன்னொரு பயம்.. என்னைக் காப்பியடித்தவன் என்று பட்டம் கட்டி அதனால்தான் ரிசல்ட் அனுப்பவில்லை என்று திருட்டு ஆதாரங்களை ஏற்படுத்தினார்கள் என்றால்...? செய்தாலும் செய்வார்கள்.

வரட்டும். எல்லாம் கைக்கு வரட்டும், டிப்ளாமாவைக் கையில் வாங்கிவிட்டு, அப்புறம் எல்லாவற்றையும் பண்ண வேண்டும்.

வீட்டுக்குப் போய்ச் சாப்பிட்டுவிட்டுக் காலேஜுக்குப் படை யெடுக்கும்போது கிட்டத்தட்ட இரண்டு மணி.

தென்னகத்தின் சராசரி வெப்பநிலையில் ரோடெல்லாம் கானல் பிம்பங்கள், ஐயர் கொடுத்த விடுமுறை எப்படியெல்லாம் கழிகிறது...? அவனவன் காதலிக்கிறான்... அல்லது குறைந்தபட்சம் ஒரு

பெண்ணுடன் பழகுகிறான். சினிமா, பீச் என்று கொண்டாடுகிறான்.

ச்சே...

போகிற வழியில் ஜிராக்ஸ் கடையில் ஐம்பது பைசாவுக்கு ஒரு காப்பி எடுத்துத் தருவதாகப் போட்டிருந்தது. மெயின் வியாபாரம் வீடியோ கேசட் வாடகை விடுவது. கண்ணாடிக் கதவைத் தள்ளிக் கொண்டு உள்ளே நுழைந்ததும், அதுவே மெல்லச் சாத்திக் கொண்டது. வசீகரமான குளிர்ச்சியைச் செவ்வக அறைக்குள் கட்டுப்படுத்தியிருந்தார்கள். ஒரு சிவந்த மனிதன் மட்டும் வீடியோவில் மோசமான படம் பார்த்துக் கொண்டிருந்தான். கட்டையாய் ஒரு ஆணும் பெண்ணும் திரையில் புரண்டுக் கொண்டிருந்தார்கள்.

"என்ன வேணும்?"

"இத ஜிராக்ஸ் எடுக்கணும்"

வீடியோவை அவன் அப்படியே புரண்டது புரண்டபடி ஃப்ரீஸ் செய்துவிட்டு, "ஒரு காப்பியா?" என்றான்.

"ஆமா."

அலைச்சலில், இந்த இடத்தில் இப்படியே ஒரு தூக்கம் போட்டால் எப்படியிருக்குமென்று நினைத்து சோபாவில் உட்கார நினைத்தபோது, "அம்பது பைசா" என்று நகலை நீட்டினான்.

கம்யூட்டரசைடு ஜெராக்ஸ் ஒழிக!

சலித்துக் கொண்டு மறுபடி வெயிலில் சைக்கிளை நகர்த்திக் கல்லூரியை அடைந்து இன்டேனல் மார்க்கைக் கொடுத்தேன்.

"பாஞ்சி நாள் கழிச்சு வந்து பார்."

"வந்துருமா சார்?"

"வந்துரும்... வந்துரும்...."என்றார்.

கோட்டூர்புரம் பிரிட்ஜை சமீபத்தில்தான் திறந்திருந்தார்கள். அதற்கு முன்னால் வீராணம் பைப்புக்காக ஆற்றுக்கு மேலே போட்டிருந்த வரப்பு போன்ற பிரிட்ஜில் எறும்பு மாதிரி ஊற வேண்டியிருந்தது. இதுவரை ஆயிரம் முறையாவது ஊர்ந்திருப்பேன்.

கோடம்பாக்கம் பிரிட்ஜுக்குக் கீழே டீக்கடையில் ஒரு டீயும் தொடர்ந்து ஒரு சிகரட்டும் முடித்துவிட்டு மறுபடி பயணத்தைத் துவங்கியபோது, முன்பு கூவம் எரிந்தது போல் இப்போது தெரு எரிந்து கொண்டிருந்தது. ஏகப்பட்ட புகை. லோக்கல் அம்மனுக்குத் தீ மிதி விழா நடத்திக் கொண்டிருந்தார்கள். எல்.ஆர்.ஈஸ்வரி, 'ய்யம்மா... ய்யம்மா...'என்று ஸ்பீக்கரில் பெருகிக் கொண்டிருந்தார்.

பக்தியை மிரட்டுகிற அளவுக்கு ஓசை!... போதாததற்குப் பெண்கள் கோவில் முன்னால் பொங்கல் வைத்துக் கொண்டிருந்தார்கள். கோவில், பிளாட்பாரத்தின் ஓரத்தில் ஏதோ பணக்கார பாத்ரூம் மாதிரி சின்னதாக இருந்தது. ஏகப்பட்ட 'டைல்ஸ்' ஒட்டியிருந் தார்கள்.

ஒருவனை மடக்கி, "வழியிருக்குதா இல்ல... தெரு ஃபுல்லாவே விழாவா?" என்றேன்.

"சைக்கிள் போகலாம்" என்றான்.

புகையினூடே சென்று கொண்டிருக்கையில், "என்ன இந்தப் பக்கம்?" என்றவளைத் திரும்பிப் பார்த்தேன்.

நீலா...

சுரண்டியால் பொங்கலைக் கிளறிவிட்டு அருகே வந்தாள். அருகே அவள் அம்மாவும் மற்றும் சகோதரிகளும்.

நீலாவின் அம்மா அருகே வந்து, "அம்மால்லாம் சௌக்கியமா?" என்று கேட்டார்கள்.

"சௌக்கியம்" என்றேன்.

இவர்களுக்கு மட்டும் ஆக்ஸிஜன் எங்கிருந்து கிடைக்கிறது என்று ஆச்சரியமாய் இருந்தது, என்னால் மூச்சுவிட முடியவில்லை.

"தீ மிதிக்கப் போறாங்களே... பாத்துட்டுப் போயேம்பா." என்றார்கள்.

நீலா, "எங்கப்பாதான் எல்லா ஏற்பாடும் பண்ணார்" என்றாள்.

"நியாயமா?"

"எது?"

"ரோடையே ப்ளாக் பண்ணி நெருப்பு போட்டுட்டீங்களே... அனல்தாள முடியல..."

நீலா சிரித்துக்கொண்டே, "கடவுள் இல்லன்றீங்களே... இன்னும் கொஞ்ச நேரத்திலே இந்த நெருப்பிலே நடக்கப் போறாங்களே.... உங்களால முடியுமா?" என்றாள்.

8

சட்டென்று கோபம் வந்து.

கடவுள் இருக்கிறார்... இல்லை... என்பதை விட என்னுடைய கௌரவம் போய்விடக் கூடாதென்ற பயம் வந்தது.

'ரொம்ப ஈஸி' என்று சைக்கிளை நகர்த்தினேன்.

இங்கிருந்து போய்விடுவதைத் தவிர வேறு வழி தெரியவில்லை.

"ஈஸின்னு போனா எப்படி?"

சைக்கிளைச் சத்தமாக ஸ்டாண்ட் போட்டுவிட்டு "இப்ப என்ன பண்ணனும்?" என்றேன்.

"நெருப்ல நடக்கணும்."

"செரி... எதா நெருப்பு?"

எதிரில்தான் ஒரு பத்தடி நீளம், ஐந்தடி அகலத்திற்கு நெருப்பு பரப்பியிருந்தார்கள். ஒருவர் அதன்மீது மஞ்சளாய் எதையோ தூவினார். நான் குனிந்து பேண்டைக் கொஞ்சம் மடித்துவிட்டுக் கொண்டேன்.

நீலாவின் அம்மா, "என்னமா அண்ணன் கிட்ட விளையாட்டு?" என்றாள்.

இது ஒரு தொல்லை. நான் எங்கே காதலித்து விடுவேனோ என்று ஒவ்வொரு முறையும் என்னை ஒரு அண்ணனாகவே ஞாபகப் படுத்திக் கொண்டிருந்தார்கள்.

"நா நடந்துட்டா அப்புறம் நீ சாமி கும்பிட்றத நிறுத்திடணும்..."

"சரி" என்றாள்.

பரமசிவம் நெற்றியில் சந்தனம், அதன் நடுவில் குங்குமம், சற்று கீழே திருநீறு என்று நெற்றியை டெகரேசன் செய்திருந்தபடி அருகே

வந்தார்.

"ஏண்டி, தம்பிக்கு நீ சொன்னியா?... அம்மா வந்திருக் காங்களாப்பா?" என்றார்.

மொட்டையாய், "அம்மா வரல" என்று மட்டும் சொன்னேன்.

"ஆறுமணிக்குதான் ஆரம்பிக்கறம்... வந்துருவாங்கல்ல...? டேய்... டேய்... சுண்டலை அங்க வைடா" என்று மறுபடியும் புகையில் காணாமல் போனார்.

"அண்ணா எப்படியிருக்றீங்க?" என்று கேட்டுக் கொண்டு- பாவாடை சட்டை போட்ட பெண், சிறுமியா? என்று தீர்மானிக்க முடியவில்லை- அருகே வந்தது.

நீலா, "தங்கச்சி" என்றாள்.

"சுமதியா?"

"சுமதி. அது...." என்று சற்று தூரத்தில் புகை நடுவே இன்னொரு பெண்ணைச் சுட்டிக்காட்டிவிட்டு, "இது மகேஸ்வரி... கடைசித் தங்கச்சி..." என்றாள்.

இப்படிக் குடும்பமாய் அறிமுகமானதில் ஆவேசம் குறைந்து விட்டது. நெருப்பில் நடக்கிற இன்ட்ரஸ்ட் போய் விட்டது. கரி, சிவப்பாய் மாறி ஜொலித்தது. செவ்வக அனல் பரப்புக்கு மறுபுறம் ஆட்களெல்லாம் அலையலையாகத் தெரிந்தார்கள்.

மகேஸ்வரி என்னிடம், "நீ கூடவாண்ணா நடக்கப் போறே?" என்றாள்.

நல்ல வேளை.

"எத்தனையாவது படிக்றே?"

"டென்த்."

"சுமதி"

"ம்... அதுவுந்தான்."

"ரெண்டு பேருமா?"

சுமதி, மகேஸ்வரியை முறைத்துவிட்டுத் திரும்பிக் கொண்டாள்.

"அது பெயில்..."

நீலா, "சுமதி யாரு கிட்டயும் பேச மாட்டா... இது வாலு" என்றாள்.

"சரி நா வரட்டுமா?"

"பயமா இருக்கா?"

தமிழ்மகன் | 67

“பயம்லா இல்ல... இந்த நெருப்ல நா நடக்றதால எந்த மாற்றமும் வரும்னு தோணல.”

“கடவுள் இருக்காங்கறதுக்கு இதுகூட ஒரு ஆதாரம் தான்.”

“உலகத்தைப் பாயாகச் சுத்திக் கடல்ல ஒளிச்சி வெச்ச கதை தெரியுமா? கடவுள்தான் கடல்ல முழுகி எடுத்துக்னு வந்தாராம். அபத்தமா இல்லையா?”

“எது?”

“இந்தக் கதை... இந்தக் கடவுள்.”

“அண்ணா நீங்க சாமி கும்பிட மாட்டீங்களா?”

“அவரால என்ன யூஸ்?” என்றேன்.

“ஐய்யய்யோ... அப்பா சொல்வாரே.... இரண்யன் கதை!”

‘போயிட்டு வரேங்க’ என்றேன் நீலாவின் அம்மாவை நோக்கி.

கடவுள் இருக்கிறார் என்கிற சுவாரஸ்யம்தான் இவ்வளவு பேரின் இயக்கங்களுக்கும் காரணமெனப்பட்டது. திடீரென்று இல்லை என்று சொல்லிவிட்டால் தீபாவளியன்று என்ன செய்வார்கள் இவ்வளவு பேரும்?

தீபாவளி என்பது எண்ணெய் தேய்த்துக் குளிக்கிற நாள். அட்ட காசமாய்ச் சமைக்கிற நாள். தமிழில் பதினைந்து திரைப்படங்கள் ரிலீஸாகிற நாள். புதுத்துணி அணிகிற நாள். பட்டாசுகள் வெடித்தே ஆகவேண்டும். இடையே ஒரு முறை இறை வழிபாடு.

இந்த வழிபாட்டில் ஏதேனும் பிரக்ஞை இருக்கிறதா, பொழுது போக்கைத் தவிர?

பொது மக்கள் தொலையட்டும்!

விஞ்ஞானிகள்?

ராக்கெட்டுக்குப் பொட்டு வைத்து அனுப்புகிறார்கள். அது போய், சிறிய துள்ளலுக்குப் பிறகு கடலில் விழுகிறது, பொட்டு வைத்த நோக்கம் கெட்டுவிட்டது. விட்டுவிட வேண்டியது தானே? .... மறுபடியும் ராக்கெட்டைத் தொழுது அனுப்புகிறார்கள்... மறுபடி விழுகிறது.

எண்பது கோடிப்பேரில் எவனாவது ஏன் என்று கேட்டு நிறுத்துகிறானா?

பாலகிருஷ்ணன் சாருக்குப் பென்சன் வாங்கித் தந்துவிட்டு அவரிடம் கதை கேட்டேன்.

நிறைய முறை கேட்ட கதைதான், கதையென்றால் அவருக்கு

நேர்ந்த கதை... அனுபவம். அவர் படித்தது, கல்லூரியில் சேர்ந்தது, வேலையில் சேர்ந்தது, கல்யாணம் பண்ணது எல்லாவற்றிலும் ஒரு அசாதாரணம் நிகழ்ந்திருப்பதால்தான், ஒவ்வொரு கதையையும் நூறுமுறைகூட சுவாராஸ்யம் குன்றாமல் கேட்க முடிந்தது.

அவர் வேலையில் சேர்ந்த கதையை எடுத்துக்கொள்வோம். அவர் அதை இப்படிச் சொல்வார்.

“நெடுஞ்செழியன் ‘மன்றம்’னு ஒரு பத்திரிகை நடத்தனாரே தெரியுமா?... ...ம்... அந்தப் பத்திரிகைல போய்ச் சேர்ந்தன்.. நாப்பது ரூபா சம்பளம். பி.ஏ. படிச்சிட்டு நாப்பது ரூபா வேலைல சேர்ந்தம்பா... பாத்துக்கயேன்... ஆனா, நாப்பது ரூபான்னா இப்ப ஐநூர் ரூபா மாதிரி, வீட்டுக்குப் பத்து ரூபா அனுப்புவேன்னா பாரேன்... எல்லா வேலைகளையும் நான்தான். பழைய பேப்பரைக் கொண்டு போய் போட்ற வேலை கூட சில சமயம் நாந்தான் செய்வேன். எப்படா சமயம் கிடைக்கும்னு பாத்துக்னு இருந்தேன். கவன்மண்ட்ல கால் ஃபார் பண்ணாங்க. அப்ளிகேஷன் ஒண்ணு எழுதிப் போட்டேன். ‘மன்றம்’ ஆபீஸில் இருந்துதான் அப்ளிகேஷனே எழுதினேன்.

இண்டர்வியூ வந்துதுப்பா... போய் உக்காந்தேன். ஆல்பர்ட் பிரகாரம் கூப்பிட்டாங்க... ஏ-ல யாரும் இல்லை... நான் தான் முதலாளு-

உள்ள போனேன்.

போனா, டி.கே.பழனியப்பா ஐ.ஏ.எஸ்.,. வி.பி. அப்பாதுரை, கே.ஆர்..ராமைய்யா இப்படி பெரிய, பெரிய ஆளுங்கெல்லாம் ஒக்காந்திருக்காங்க பழனியப்பா அப்ளிகேஷனைப் பாத்துட்டு, ‘உங்கப்பா ஃபார்மரா?”ன்னார்.

“ஆமா’ன்னேன்.

‘டு யூ னொ த செயிங்க்ஸ் ஆஃப் பாரதியார்’னாரு.

‘பாரதியார் ரொட் சொ மெனி திங்க்ஸ்... வாட் யு ஆஸ்க் பர்ட்டிகுளர்லி’ ன்னு அவரையே திருப்பிக் கேட்டேன்... எல்லாம் இங்லீஸ்லயே...

‘உழவுக்கும் தொழிலுக்கும்

வந்தனை செய்வோம்னாரு’

ஒரு செகண்ட் தான்... ஐ அம் பாலோயிங் பாரதியார் த கிரேட். ஐ ஹாவ் அ எல்டர் பிரதர். ஹி ஹிஸ் பார் உழவு... ஐ ஆம் கம்மிங் பார் தொழில்’ன்னேன்.

மனுஷர் அசந்து போய், 'ஹியர்... ஹியர்'னு கைதட்ட ஆரம்பிச்சிட்டார்.

பிரசென்ஸ் ஆஃப் மைண்ட்.

அந்தக் காலத்தில் இதற்கெல்லாம் மதிப்பு கொடுத்திருக்கிறார்கள் அல்லது வாய்ப்பு இருந்திருக்கிறது.

ஐயர் கம்பெனியில் சேருவதற்கு முன்னால் கீழ்ப்பாக்கத்தில் ஒரு இண்டர்வியூவிற்குப் போயிருந்தேன். எங்க படிச்சே? எப்படி படிச்சே? ஏன் படிச்சே? என்று ஏகப்பட்ட கேள்வி. எவ்வளவு சம்பளம் எதிர்பாக்கறே என்று கூடக் கேட்டாயிற்று. அதற்கப்புறம் என் அறிவைச் சோதிக்கிறேன். என்று, "ஒரு கியூபிக் மீட்டர் கான்க்ரீட்டுக்கு எவ்வளவு சிமண்ட், எவ்வளவு ஜல்லி தேவைப்படும்" என்று கேட்டான்.

'பிரசன்ஸ் ஆஃப் மைண்ட்டுக்கெல்லாம் வேலை ஏது?'

"இதையெல்லாம் எப்படி மனப்பாடம் பண்ணி வெச்சிருக்க முடியும்?"னு கேட்டேன்.

"வேற எப்படி?"

"நமக்கு எவ்வளவு கான்கிரீட் தேவையோ அதுக்கேத்தா மாதிரி. கோட் புக்கைப் பார்த்துத் தெரிஞ்சுக்க வேண்டியது தான்" என்றேன்.

"இதெல்லாம் பிங்கர் பாயிண்ட்ல இருக்கணும்."

பிங்கர்ல எவ்வளவு பாயிண்டை வெச்சுக்க முடியும்னு தெரியல... அம்மாவுக்கு ஒரு கிலோ சர்க்கரை என்ன விலை என்று பிங்கர் பாயிண்டில் இருக்க வேண்டும்.

பாலகிருஷ்ணன் சாருக்கு மட்டும் சமயோசிதமாய் நிறைய விஷயங்கள், படிக்க வேண்டிய ஆசையில் கிராமத்தை விட்டு தன்னந்தனியாய்ப் பச்சையப்பன் கல்லூரிக்கு வந்திருக்கிறார். சென்னையில் யாரையும் தெரியாது. இவரோ கிராமத்து மனிதர், கல்லூரியில் இடம் கேட்க மு.வ.வை அணுகியிருக்கிறார்.

வரதராசனைப் பார்க்க வேண்டுமென்று விசாரித்தபோது அதே கல்லூரியில் அப்போது வாட்ச்மேன்- ஆக இருந்த ஒரு வரதராசனைக் காண்பித்திருக்கிறார்கள்.

பிறகு அவரிடமே விலாசம் வாங்கிக் கொண்டு மு.வ.வை அணுகியிருக்கிறார். மூ.வ வீட்டுக் கதவைத் தட்டியதும் குரல் மட்டும் கேட்டது.

"என்ன வேண்டும். உள்ளே வாருங்கள்."

பாலகிருஷ்ணன் சார் அவர் முன் நின்று தயக்கத்தோடு

பேரையும், ஊரையும் சொல்லிப் படிக்க விரும்புகிற காரணத்தையும் சொல்லியிருக்கிறார்.

"என்னை எப்படித் தெரியும்?"

"தங்களின் 'கள்ளோ காவியம்' முதல் 'கரித்துண்டு' வரை படித்திருக்கிறேன்."

புன்முறுவல் பூத்திருக்கிறார். சேர்த்துக் கொள்ளும்படி கல்லூரிக்குச் சீட்டு கொடுத்திருக்கிறார்.

கல்லூரியில் இடம் கிடைத்ததைத் தகப்பனாரிடம் சொல்லிப் பணம் புரட்டியது இன்னொரு கதை. பணம் வாங்கிக் கொண்டு வெளியே கிளம்ப எதிரே விதவை ஒருத்தி வர சகுனம் சரியில்லை என்று படிப்பு வேண்டாம் என்றதும் மீறி படிக்கப் போனதும் சுவாரஸ்யமான திருப்பங்கள். பேராசிரியர் அன்பழகன் இவர் வகுப்பிற்கு பாடம் எடுத்ததையும் அவரின் பாதிப்பால் திராவிடர் கழகத்தின்பால் ஈர்க்கப் பட்டதையும் நாற்காலியில் சாய்த்துக் கொண்டு புத்தகத்தில் இருந்து படிப்பவர்போல சொல்வார்.

பரமசிவத்துக்கு நேரெதிரியாய் இருப்பவர் பாலகிருஷ்ணன் சார். வீட்டில் புத்தக அலமாரிக்குப் பக்கத்தில் கையகலத்தில் ஒரே ஒரு பெரியார் படம். பண்டிகைகளில் ஆர்வமில்லாதவராய் இருந்ததோடு, "ஒடம்புல இருக்கிற அழுக்கை எல்லாம் உருட்டிப் பிள்ளையார் செஞ்சாங்களாம் பார்வதி... அப்படீனா உடம்புல எவ்ளோ அழுக்கு இருந்திருக்கணும்?" என்று நடுவாசலில் நின்றுகொண்டு ஒவ்வொரு விநாயக சதுர்த்தியின் போதும் கேள்வி எழுப்புவார். எதிரிலிருக்கும் பெண்கள் யாரும் கோபித்துக் கொள்வதில்லை. "இவருக்கு வேற வேல கிடையாது" என்று செல்லமாகச் சலித்துக் கொள்வார்கள்.

கடவுள் பற்றிய நிறையக் கோளாறான விஷயங்களை எனக்குச் சொன்னவர் அவர்தான்.

"யானைத் தலையோடு மனித உடம்பு பொருந்துமா?" என்று அவர் கேட்டபோது அந்தக் கற்பனையின் அருவருப்பை உணர்ந்தேன்.

பெரியார் பற்றிய பல விஷயங்களைச் சொல்வார். பெரியார் பேசு கிற கூட்டங்களில் திடீரென்று மாட்டுச் சாணியும், மனிதச் சாணியும் அவர் மீது வீசுவார்கள் என்பார். கூட்டம் நடக்கிற போது, கூட்டத் தைக் கலைப்பதற்காக நடுவே பன்றிகளை விரட்டிவிடுவார்கள் என்பார்.

இப்போது பெரியார் திடல் இருக்கிற இடத்தில் வெள்ளைக் காரன் காலத்தில் ட்ராம் வண்டிகள் நிறுத்துகிற 'ஷெட்' இருந்த விஷ யமும், பெரியாரின் வீட்டில் திரு.வி.க. விருந்தினராய்த் தங்கியிருந்த

போது பெரியார், அவருக்காகத் திருநீறு வாங்கிவந்து கொடுத்த விஷயமும், பெரியாரைச் சந்திக்க வந்த இளைஞன் ஒருவன் கால் மேல் கால்போட்டு அமர்ந்து பேசிய போது அதைச் சில தோழர்கள் ஆட்சேபிக்க, "அவர்காலு மேலதானே காலைப் போட்டிருக்காரு. அவர் காலை எம்மேல போட்டல்ல பிரச்சினை?" என்று பெரியார் சொன்னதையும், இன்னபிற தகவல்களும் பாலகிருஷ்ணன் சார் சொல்லித்தான் எனக்குத் தெரியும்.

9

வேலைக்குப் போனதும் முதல் விஷயமாய் அடுத்த வாரம் நீ வேலூர் போய் வேலை செய்ய வேண்டியிருக்கும் என்கிற செய்தியைச் சொன்னார் ஐயர்.

இன்னமும் கைக்கு சார்டிபிகேட் கிடைக்காத கவலையும் வேலூருக்குப் போய்விட்டால் அப்புறம் சர்டிபிகேட்டை எல்லாம் மறந்துவிட வேண்டியதுதான் என்கிற பயமும் பின்னிக் கொண்டு என்ன சொல்வதென்று தவித்தேன். பதினைந்து நாள் கழித்து வரச்சொல்லிச் சொன்ன வி.பி. யிடம் இருபது நாள் கழித்துப் போனபோதும் வரவில்லை என்று தான் சொன்னார். இப்படியிருக்கிறது நிலைமை. இங்கே தினமும் விசாரிக்க வேண்டியிருக்கிறது. இன்னேரத்தில் வேலூரா?

பாலகிருஷ்ணன் சார் ஏற்றிய உசுப்பில், தைரியமாக, “அங்கல்லாம் போவ முடியாது சார்..... இங்கயே எங்கயாவது போட்டுவுட்டுருங்க” என்றேன்.

“மூணுமாசம்தான் இருக்கும் போயிட்டு வந்துரு... அப்புறம் பார்க்கலாம்... ஆறுமுகம் கல்யாணமானவன். அவனை எப்படி அனுப்பறது சொல்லு....?”

“கல்யாணமானவன் மட்டும் இங்க இருந்து என்ன பண்ணப் போறான்’ என்று கேட்க இருந்தேன்.

“அதெல்லாம் தெரியாது சார்... என்னால போக முடியாது.”

ஐயர் பதறினார்.

“என்னது?... என்னது?... எதிர்த்தா பேசறே?... நல்ல புள்ளைன்னு பார்த்தனே.... உருப்படமாட்டே.... நல்லதுககுச் சொல்றேன். வேலை

இருக்கணும்னா வேலூருக்குப் போய்ப் பல்லை கடிச்சிக்குனு ஒரு மூணுமாசம் இருந்துரு... அப்புறம் நைசா உன்னை மெட்ராஸுக்குக் கூட்டியாந்திர்றேன். நான் சொன்னா ஓனர் கேப்பான். போ... போ... லாரிக்குச் சொல்லி இருந்தேன், இன்னும் காணல... போயிட்டு என்னன்னு பாரு... மடையனாட்டம் இருக்காதே.”

கைபர் போலன் கணவாய் வழியாய் இந்தியாவுக்கு வந்த ஆரியன் என்னை மிரட்டுவதா? என்று கோபம் வந்தது. கோபத்தை அடக்கிக் கொண்டு லாரியை விசாரிக்க ஓடினேன்.

காந்தி- இர்வின் சாலையின் மேல் சாலையைக் கடப்பதற்கு ரயில்வேகாரர்கள் போட்ட பிரிட்ஜின் மேல் நின்றுகொண்டு காலுக்குக் கீழே மனிதர்களின் அவசரங்கள் நிகழ்ந்து கொண்டிருப்பதைப் பார்த்துக்கொண்டு புகை பிடிப்பதை நான் எப்போதும் விரும்புவேன்.

அதோ... கரிய துணி உருண்டை போல இருக்கும் இளைத்த குழந்தையைத் தூக்கிக் கொண்டு பிச்சை எடுக்கும் பெண்ணும், அவளுக்குப் பிச்சை போடாமல் தப்பிக்கும் பொருட்டு, முன் எச்சரிக்கையாய், தூரத்தில் அவள் வரும் போதே சற்றே ஓரம் ஒதுங்கி, கர்ர்... என்று எச்சில் துப்ப முயலும் அந்த வெள்ளை வேட்டிக்காரன். இம்பாலா ஓட்டலின் மேல்தளத்தில் ஒரு பெண் சோலா பூரியை நசுக்கிக் கொண்டிருக்கிறாள். ரயில்வே ஸ்டேஷனில் இருந்து ஒரு குடும்பம் பெட்டி, படுக்கைகளோடு ஆட்டோவை அழைக்கிறது. அதில் மஞ்சள் நிறத்தில் சல்வார் கம்மீஸ் போட்டிருக்கும் பெண் இரண்டாம் முறையும் என்னைப் பார்க்கத் தூண்டுகிறாள். படிக்கட்டில் தொங்கும் பயணிகள் கொண்ட பஸ் ஒன்று வேகமாக வந்து அவர்களை மறைத்துக் கொண்டு நிற்கிறது. இந்தப் பக்கம் பழக்கடைகள், வெளியூர் செல்லும் தனியார் பஸ்கள். ஜனங்கள் அவரவர்க்கே உரித்தான பிரத்யேக எண்ணங்களோடு, நடை உடை பாவனைகளோடு- நிச்சயமாய் பாவனைகளையும் சேர்த்துக்கொள்ள வேண்டும்- பாலத்தின் படிக்கட்டுக் அருகில் வருகிற அந்த மனிதர் நல்ல உத்யோகத்தில் இருப்பவராய் இருக்க வேண்டும்; திடீரெனத் தலையை ஆட்டி எதையோ அவர் மறுத்துக் கொள்கிறார். அந்தப் பக்கம் ஒரு பெண் ஓடி வந்து பஸ்காரனிடம்...

அட நம்ம நீலா தான்.

பஸ்காரனிடம் எதையோ விசாரிக்கிறாள்- மறுபடியும் அங்கிருந்து இன்னொரு தனியார் பஸ் நோக்கி ஓடி அங்கேயும் விசாரிக்கிறாள். அவன் சொல்லும் பதிலில் சோர்ந்து- எதற்காகவோ கடிகாரத்தைப் பார்க்கிறாள். சற்று ஓரமாகச் சென்று முகத்தைத் துடைத்துக் கொள்கிறாள். பஸ்ஸுக்கு ஆள் பிடிக்கிற ஒருவன் அவளை அணுகி ஏதோ சொல்ல வேகமாகத் தலையாட்டுகிறாள். இப்படியும்,

அப்படியும் பார்த்து, சமயத்தில் என்னையும் கூடப் பார்த்தது போல் இருந்தது. ஏதோ பதறியவளாய் இருந்தாள். கர்சீப்பால், முகத்தைத் துடைக்கிறாளா அல்லது கண்களையா? என்கிற சந்தேகம் வரவே சட்டென்று சிகரெட்டை நசுக்கி விட்டு அவனை அவளை நோக்கி நடந்தேன்.

நான் அருகில் சென்று அவளை அழைப்பதுவரை அவள் என்னைக் கவனிக்கவில்லை.

“என்ன இவ்ளோ தூரம்?”

என்னைப் பார்த்ததும் அந்தக் கணத்தில் அதிர்ச்சியடைந்தாளா? அல்லது ஆறுதல் அடைந்தாளா? என்பதைக் கறாராய்க் கூறுவது கஷ்டம்.

“சுமதிக்கு இன்னைக்குப் பரீட்சை” என்றாள்.

“எந்த சுமதி?”

“என் சிஸ்டர்... டென்த் பரீட்சை.”

“உம்”

“பிரிஸிடன்ஸி ஸ்கூல்ல சென்டர்”

அதற்கும் நீ இங்கு பதறிக் கொண்டிருப்பதற்கும் என்ன சம்பந்தம்?... விஷயத்துக்கு வா.

“பரீட்சை முடிஞ்சிடுச்சா?... உங்க சிஸ்டர் எங்க?...”

“பரீட்சை முடிஞ்சிடுச்சி... அவளைக் காணோம்.”

“ சரியாப் போச்சு... எத்தனை மணிக்குப் பரீட்சை முடிஞ்சுது?”

“பனிரெண்டரை.”

“மணி ஒன்னுதானே ஆகுது... இப்பத்தான் வீட்டுக்குப் போயிருப்பாங்க. ஏன் தேட்றீங்க?”

“அவ வீட்டுக்குப் போயிருக்க மாட்டா...” திடு, திப்பென்று கண்கள் கலங்க கைக்குட்டையை முகத்தில் ஒற்றி, ஒற்றி எடுத்தாள்.

“வொர்ரி பண்ணிக்காதீங்க?”

“அவ எங்கயோ போயிட்டா.”

“எங்கம்மா கிட்ட சீங்கிரமா போய் சொல்லியாகணும். எங்கப்பாவுக்குத் தெரிஞ்சா வெட்டியே போட்ருவாரு...”

விபரீதம் ஓரளவுக்குப் புரிந்து, “காபி சாப்ல்லாம்... நிதானமா பேசுவம்” என்றேன்.

“வேணாம்... அவ காணாமல் போனத நா அம்மா கிட்ட போய்ச் சொல்லியாகணும்.”

“யார்கூடப் போயிருப்பாங்கன்னு சொல்ல முடியுமா?”

என்னைத் திடீரென்று நிமிர்ந்து பார்த்தாள். தொண்டைக் குழி மெல்ல ஏறி இறங்கியது.

“பரவால்ல சொல்லு... கண்டுபிடிக்க வசதியா இருக்கும்.”

“ஒரு பையன் சுத்திச் சுத்தி வருவான், அவன் எங்க இருக்கான்லாம் தெரியாது...”

“...ம்....’

“ஓடிப் போறதுக்குப் பிளான் போட்டு இருந்தாங்க...”

“.....”

“நான் அதனாலேயே இவளை வெளியே எங்கயும் அனுப்பாம இருந்தேன். இவ பரீட்சை எழுதறதுக்காக நா லீவ் போட்டுட்டு ஸ்கூல் வாசல்ல காவல் இருந்தேன்...”

“பரீட்சை எழுதிட்டு வெளியே வரலையா?”

“பன்னண்ரைக்குப் பரீட்சை முடிஞ்சது. நா கால்மணி நேரம் இருந்து பார்த்தேன். அப்புறம் அவ பரீட்சை எழுதின ஹால்ல போய்ப் பார்த்தேன். அவளைக் காணோம்... கூடப் பரீட்சை எழுதின பொண்ணைக் கேட்டுப் பார்த்தேன்... பரீச்சை ஆரம்பிச்ச அரைமணி நேரத்துக்குள்ள பேப்பரைக் குடுத்துட்டுப் போயிட்டாளாம்...”

“.... ம்!....”

“அப்புறம்தான் ஸ்கூலுக்கு இன்னொரு கேட் இருக்கிற விஷயமே தெரியும்.”

“அதனாலதான்... இங்க பஸ்ல வந்து விசாரிக்கிறீங்களா?”

“.....”

“ட்ரைன்ல போயிருந்தா...? இல்லாட்டி மெட்ராஸ்லயே கூட ராயப்பேட்டைல இருந்தா உங்களுக்கு எப்படித் தெரியும்?”

“எவ்ளோ திமிர் இருக்கும் அவளுக்கு...? கழுதைக்குப் படிச்சி, படிச்சிச் சொன்னேன். குடும்ப மானமே போகும்டீ... அப்பா, அம்மால்லாம் தூக்குப் போட்டுச் செத்துப் போயிடுவாங்கன்னு கூடச் சொல்லிட்டேன்... அவங்க செத்தாலும் பரவால்லன்னு போறாளே... அம்மாகிட்டச் சொல்லிடணும். என்னைவேற கத்துவாங்க... ஒழுங்காப் பாத்துக்கச் சொல்லி அனுப்பிச்சா இத வந்து சொல்றதுக்கா போனேம் பாங்க...”

“உங்கம்மாவுக்கும் இந்த விஷயம் தெரியுமா?”

தயங்கினாள். எங்கம்மாவுக்கும் இந்த விஷயம் தெரியும்

என்று சொல்வதால் குடும்பத்தின் கௌரவம் பாதிக்கும் என்று நினைத்தாள். அம்மாவுக்குத் தெரியாது என்று சொல்வதே பெருமைக்குரிய விஷயம் என்று நம்பினாள்.

எவ்வளவு பெரிய மனுஷத்தன்மையோடு நடக்க வேண்டியிருக்கிறது. இந்தச் சின்ன வயசில்... ஓடிப் போனவளை விட ஒரு வயதோ, இரு வயதோ கூடுதலாக இருக்கலாம் நீலாவுக்கு. பொறுப்புணர்ச்சி இந்த அளவுக்கு ஏற்பட என்ன சாத்தியம்?

"இத பார் நீலா... ஓடிப்போற அளவுக்கு எதுக்கு நடந்துக்னீங்க... அவங்களுக்கு விருப்பம்னா கட்டி வெச்சிட்டு இருக்கணும். இல்லாட்டி அவங்க இஷ்டமா விட்டுட்டு இருக்கணும்..."

"பெத்தவங்களுக்குத் தெரியாது, எப்ப கட்டி வைக்கணும்னு?... இதுக்கென்ன தெரியும்? அவன் குடிகாரனா? கேப்மாறியா?... இவளுக்குத் தெரியுமா?"

நீலாவுக்கு மீஞ்சிப் போனால் பத்தொன்பது, இருபது வயதிருக்கும். அழகானவள்கூட, வேலைக்கும் போகிறாள். காதலுக்கான அல்லது திருமணத்துக்கான வயது... அப்படிப்பட்டவள் பேசுகிற பேச்சாகத் தெரியவில்லை. ஐம்பது வயது மதிக்கத்தக்க, மரபுச் சிந்தனையிலும், கட்டுப்பாட்டிலும் வாழ்ந்த ஒரு முதிர்ந்த பெண்ணின் வார்த்தையாக இருந்தது. பரமசிவம் அருமையாகத் தயாரித்திருக்கிறார் பெண்ணை. தகப்பன் பெயரைக் காப்பாற்றுவாள்.

"சரி... ஸ்டேஷன்ல பாப்போம். சென்டரல் பக்கமாகப் போய்ப் பார்க்கலாம். திருவள்ளுவர்ல புக் பண்ணியிருக்காங்களான்னு பாக்கலாம்... அவன் வீடு எங்கன்னு தெரிஞ்சா நல்லது..."

"தெரியாதே... அவன் எப்படி இருப்பான்னு கூடத் தெரியாது."

அதன்பின் மூன்று நான்கு மணிநேர அலைச்சலில் நம்பிக்கையே இல்லாமல் நீலாவை அழைத்துக் கொண்டு சுற்றியும் ஒரு தடயமும் இல்லை. ஒரு எட்டு பூக்கடைக்கும் போய்ப் பார்க்கலாமா என்றபோது நீலாவே வேண்டாம் என்று சொல்லிவிட்டாள்.

எவ்வளவு கொடுமை! லீவ் போட்டுவிட்டு எச்சரிக்கையாக வாசலில் காவல் இருக்கிற சகோதரியை ஏமாற்றிவிட்டுப் போயிருக்கிறாள் என்றால் காதல் என்பது அந்த அளவுக்குக் குரூரம் வாய்ந்ததா?... தாயும், தகப்பனும் செத்துப் போய்விடுவார்கள் என்று பயமுறுத்தியும்- நிஜமாகவும்கூட இருக்கலாம்- காதல் என்பது ஈவிரக்கம் அற்றதா!... சுயநலமும், இச்சையும் சம்பந்தப்பட்டதா?

இன்னொரு குழப்பமும் ஏற்பட்டது. அவர்களின் விருப்பத்திற்கு இவர்கள் ஏன் இத்தனை தடைகளாகவும் செத்துப்போகவும் வேண்டும் என்றும் சிந்திக்க வேண்டியிருந்தது.

நீலா அதிகம் பயந்து போய் என்னையும் அவள் வீட்டுக்கு அழைத்தாள். இவ்வளவு நேரமும் நானும் அவளுமாய்த் தேடியதை- பஸ், பஸ்ஸாக ஏறி இறங்கியதை- இவ்வளவு தேடியும் கிடைக்கவில்லை என்பதை- நானே நேரில் வந்து சொல்ல வேண்டும் என்று கேட்டுக் கொண்டாள். இருட்டவும் தொடங்கி விட்டதால் கூடப் போனேன்.

வீடு அத்தனை அமைதியாய் இருந்தது.

வாசலில் மாவிலைத் தோரணம் உலர்ந்து இருந்தது. ப்ளாஸ்டிக் மாவிலைகள் வேறு. வீட்டில் மெல்லிய சாம்பிராணி மணம்வீசியது. வாமண அவதாரத்தில் இரண்டாவது அடியால் வானத்தை அளக்கிற கராத்தே ஸ்டெப் போன்ற மிகப் பெரிய படமும், முருகர், வள்ளி, தெய்வானை படமும், லட்டு பக்கத்தில் எலி அமர்ந்திருக்கிற பிள்ளையார் படமும். அறுபடை வீடுகளை ஒரே பிரேமில் அடக்கிய ஃபோட்டோவும், சுவற்றின் ஒரு புறத்தில் மஞ்சள் பூசிப் பொட்டிட்ட நடுவாசலும், பூஜை புனஸ்கார சாமான்களும், குத்து விளக்கும்... கொடுக்கிற இருநூறு ரூபாய் வீட்டு வாடகையில் கடவுளே நூற்றியம்பது ரூபாய்க்குக் குடித்தனம் இருப்பதாகப்பட்டது.

நீலாவின் அம்மா சமையலில் இருந்து வெளிப்பட்டு, “ஏண்டி இவ்ளோ நேரம்?... எங்கடி அவ?” என்றார்.

நானும்கூட இருப்பதைப் பார்த்து சகஜமாக இருக்க முயன்று “எப்பப்பா வந்தே” என்றார் அமைதியாக.

நீலா, “என்னை ஒருமுறை ஏறிட்டுப் பார்த்துவிட்டு, “எங்கங்கயோ தேடிப்பாத்தம், எங்கயும் காணம்” என்றாள் படு மொட்டையாக.

நீலா அம்மாவோ இந்த ஒருவரி பதிலில் சகலமும் புரிந்து போன மாதிரி, “பரீட்சையும் வேணாம்... ஒரு கருமமும் வேணாம்னா கேட்டியாடீ... பாவி” என்று நெற்றியில் படீரென்று அடித்தபடி அழத் துவங்க பரமசிவம் அமைதியாக உள்ளே நுழைந்து, என்னை விசேஷமாகப் பார்த்தார்.

10

சுமதி ஓடிப் போனதை விடவும் வேறொரு விஷயத்தில் கவனமாக இருந்தார் பரமசிவம். நான் இந்த விஷயத்தில் எந்த வகையில் சம்பந்தப்பட்டவன் என்பதிலும் என் எதிரில் மேற்கொண்டு ஏன் பேச வேண்டும் என்பதிலும் அவருக்கு அதீத எச்சரிக்கையும், எரிச்சலும் இருப்பது தெரிந்தது.

“சரிப்பா... கழுதை எக்கேடாவது கெடட்டும்” என்று என்னை வெளியேற்றுவதில் குறியாக இருந்தார்.

அவர்களை எப்படியாவது தேடி முறைப் படி கல்யாணம் பண்ணிவிட வேண்டும் என்று சொல்லிப் பார்த்தேன்.

“ஹாங் கழுதை... அதுங்களை தேட்ற பணத்தைப் பிச்சைக்காரனுக்குப் போட்டாலும் புண்ணியம்.”

விட்டேற்றியாக இதேபோல தொடர்ந்து பேசியதால் நான் அங்கிருந்து கிளம்பி விட்டேன்.

பிறகு நீலா சொன்ன விஷயம் வேறு மாதிரியாக இருந்தது. அவ்வளவு அக்கறையற்றவராக இருந்தவர், நீலாவையும் அவள் அம்மாவையும் அடித்ததையும், ஒரு மகள் இறந்தாளென்று தலை முழுகியதையும், எலி பாஷாணத்தை வாங்கி வந்து குடித்துவிட்டு சாகப் போகிறேன் என்று அலமாரியில் வைத்துவிட்டு வெளியே போனதையும் (சாகும் முன் விசேஷக் கடமைகள் இருந்திருக்கும்) அவர் வருவதற்குள் நீலாவின் அம்மா அதை எடுத்துச் சாக்கடையில் போட்டுவிட்டதையும் அதற்காக மறுபடி அடித்ததையும் (?) உறவினர்கள் பலருக்கும் விஷயம் பற்றிக்கொண்டு போய் அத்தைக்காரி ஒருத்தி மட்டும் துக்கம்போல விசாரித்துவிட்டுப் போனதையும் எல்லாவற்றையும் சொன்னாள்.

லாரி கூட்டி வரப் போனவன்- ஒரு பதிலும் சொல்லாமல்

காணாமல் போனதில் ஐயருக்குக் கோபம். ஏதும் நடவாதது போல் ‘சைட்’டில் நுழைந்து கலவை கலந்து கொண்டிருந்த பழனியை, ‘மேஸ்திரி எங்கே?” என்றேன் காரணம் இல்லாமலேயே.

ஐயர் கையைச் சொடுக்கி அருகில் வரச்சொன்னார். “உம் போக்கு புரியலப்பா... போறதா இருந்தா போயிடு. சனிக்கிழமை வந்து கணக்கு செட்டில் பண்ணிக்கோ...”

பதில் பேசாமல் குனிந்து நின்றேன்.

“இதிலிருந்தே வேலைலர்ந்து நிக்கறதுக்கு விருப்பம்தான்னு தெரியுது... போ... போயிடு.”

ஏதோ வாழைப்பழம்தான் வாங்கி வரச் சொன்னது மாதிரி நானும் வெளியே வந்துவிட்டேன். ஐயரும், மேஸ்திரியும், பழனியும் இன்னும் சிலரும் மலைத்தபடி பார்த்துக் கொண்டிருந்தனர். எங்கு போவதென்று குழப்பமாக இருந்தது. டீயும் சிகரட்டும் குடித்தபின், மறுபடி ஐயரிடமே போய், “மன்னிச்சுக்க சார்... மனசு சரியில்லை” என்று சொல்லிவிடலாமென்று கூட மனசு தயாராக இருந்தது.

வேலையைவிட்டு ஒரு இன்ஜினியரை வெளியேற்றுவது எவ்வளவு சுலபமான விஷயமாகி விட்டது! ஏன்? அவ்வளவா பெருகி விட்டார்கள் இன்ஜினியர்கள்? ஸெல்ஃப் பைனான்ஸ்டு கல்லூரிகள் வந்ததிலிருந்து புற்றீசல் மாதிரி இன்ஜினியர்கள் வருகிறார்கள். நாற்பதோ, அம்பதோ இருந்த கவர்ன்மெண்ட் காலேஜ் நூறு இரு நூறாக பெருகிவிட்டது. பத்து சிமண்ட் ஓடுகள் போட்ட கூடாரம் பாலிடெக்னிக் என்ற பெயரில் அழைக்கப்படுகிறது. ஆயிரம் ஆயிரமாய்ப் பணம் பிடுங்குகிறார்கள். தரம் குறைவுதான்... அட்டானமஸ் முறையில் அவர்களே மார்க்கும் கூடப் போட்டுக் கொள்கிறார்கள்.

இன்ஜினியர்கள் பெருகி ரோடெல்லாம் வழியத் துவங்கி விட்டார்கள்.

நான்கு மடங்கு மாணவர்கள் பெருகியிருக்கப் போகிறார்கள். அதனாலென்ன? மக்களும் வீடும் பெருகவில்லையா? சிமண்ட்டுக் கம்பெனிகளும், செங்கல் சூளைகளும் நாளொரு மேனியாய் பெருகிக் கொண்டிருக்கவில்லையா? கட்டுமானப் பணிக்கு அத்தியாவசியப் பொருளான இன்ஜினியர் பெருகுவதில் என்ன குற்றம்? கழுத்தைப் பிடித்துத் தள்ளாத குறையாக,... ‘போயிடு... போ’ என்கிறான்.

இது ஆரிய திராவிடப் பிரச்சினையா? தொழிலாளி, முதலாளி பிரச்சினையா? ஈகோ சம்பந்தப்பட்ட விஷயமா, வேலூர் போனால் சர்டிபிகேட் வாங்க முடியாதே என்கிற பயமா? சம்பளம்

போதவில்லையா? தொழில் அலுத்து விட்டதா?

டீக்கடை வாசலில் எருமாட்டின் கொம்பில், வைக்கோல் திணித்த ஹாண்பேக் கன்றுக்குட்டி மாட்டப்பட்டு இருந்தது. எருமை எப்படித்தான் இதையெல்லாம் நம்பிப் பால் கொடுக்கிறதோ? போதாக் குறைக்குப் பால்காரன் காதுமடலில் தயாராய் பால் சுரக்க வைக்க ஊசி ஒன்று வைத்திருந்தான். சரியாய் பாலுறவில்லையெனின் ஒரு குத்து... சதக்! என்னதான் ரசாயனக்கிரியை நடக்குமோ? சிவப்பு ரத்தம் வெள்ளையாய் மாறி பாலாகச் சொட்டும். இந்த வெறித்தனத்துக்காகப் பால்காரன் அனைவருக்கும் ஆயுள் தண்டனையே கொடுக்கலாம்.

ஆயா வீட்டில் மாடு வைத்திருந்தபோது, வைக்கோல் சொருகிய கன்றுக்குட்டியைக் காட்டி மாட்டின் பாசத்தை வெளிக்கொணரும் அளவுக்குத்தான் வெறித்தனம் வளர்ந்திருந்தது.

ஒருமுறை அப்படித்தான்-

ராமதாஸ் கபேயில் மாட்டைக் கட்டிவிட்டு, 'ஹாண்ட் பேக்'கன்றுக் குட்டியை மாட்டின் முன்னால் போட்டுவிட்டு ஓனரிடம் பேசிக்கொண்டிருக்க... மாடு சுவாரஸ்யமாய்க் கன்றை நக்கி... கன்றின் தோல் லேசாய்ப்பிய்த்துக் கொண்டது. மாடு உள்ளிருந்த வைக்கோலை அமைதியாய் மெல்ல ஆரம்பித்து விட்டது. அவ்வளவுதான் ஒரு காலால் கன்றை அழுத்திக்கொண்டு உள்ளிருக்கும் வைக்கோலை கர்ண கொடூரமாய் வெளியே இழுத்துத் தின்ன ஆரம்பித்தது.

புலியிடம் சிக்கிய கன்றைக் காத்தது போல் வேகமாக ஓடிவந்து காக்க வேண்டியதாகிவிட்டது.

இந்தப் படிப்பெல்லாம் படித்ததற்கு மாட்டுப்பண்ணை வைத்திருக்கலாம். எந்தெந்த ரகமாட்டுக்கு எவ்வளவு தண்ணீர் கலக்க வேண்டுமென்று நன்கு தெரியும். ஜெர்ஸிக்கு எவ்வளவு; சீமைக்கு எவ்வளவு என்றெல்லாம் கணக்கிருக்கிருக்கிறது. எல்லாம் அத்துப்படி. நான் இல்லையென்றால் தாத்தாவுக்குக் கையுடைந்தாற் போல ஆகிவிடும். நான் இரண்டு லிட்டர் கறக்கிற மாட்டைத் தாத்தாவென்றால் 1 லிட்டர் கறப்பதற்குள் கையையும் காலையும் சொடுக்கிக் கொண்டு எழுந்துவிடுவார்.

எத்தனையோ முறைபால் கொண்டு போகிற வழியில் சைக்கிளைச் சாய்த்துவிட்டு, ஊற்றிய பாலுக்கு ஈடாய் தெருக்குழாயில் தண்ணீர்ப் பிடித்துக் கொண்டுபோய்க் கொடுத்திருக்கிறேன்.

வக்கீல் வீட்டு மாமி ஒருமுறை- நான் அப்போது நான்காவது படிக்கிறேன்- "ஏண்டா குட்டி, உங்க பாட்டி பால்ல தண்ணி

கலப்பாளா?" என்று கேட்டாள்.

சொன்னால் உண்மையைத்தான் சொல்ல வேண்டுமென்று நினைத்தேன். உண்மைக்காக உயிரையும் கொடுக்கலாம் என்று எங்கள் 'மிஸ்' சொல்லியிருந்தாள். உயிராய் இருந்தாலும் கொடுத்து விடலாம், வியாபாரம் பாதிக்குமே என்று பயமாக இருந்தது.

மிஸ்ஸுக்கும் ஆயாவுக்கும் பொதுவாக "கொஞ்சூண்டுதான் தண்ணி ஊத்துவாங்க" என்று சொல்லி வைத்தேன். நல்ல வேளையாக அதனால் வியாபாரம் தடைபடவில்லை.

ஆனால் நான் இப்படி வக்கீல் வீட்டு மாமியிடம் சொல்லி விட்டதை ஆயாவிடம் சொல்லி விடுவதுதான் தர்மம் என்று அதற்காகச் சமயம் பார்த்துக் கொண்டு இருந்தேன்.

ஆயாவுக்கு என்மேல் ரொம்பப் பாசம் வந்துவிட்டால், பத்து வயதுப் பையனென்றும் பாராமல் இடுப்பில் தூக்கி வைத்துக் கொள்வாள். அந்த மாதிரி ஒரு சமயத்தில் பாண்டி பஜார் சாந்தபவனில் இஷ்டமாய்ச் சாப்பிட்டுவிட்டு ஓட்டல் வாசலில் நிறுத்தியிருந்த காரை வாங்கித் தரும்படி அடம் பிடித்து, அவளும் வேறொரு நல்ல காரை வாங்கித் தருவதாகச் சமாதானம் செய்து, அழைத்துச் சென்று கொண்டிருந்த சமயம். அப்போதுதான் மெதுவாக ஆரம்பித்தேன்.

"நம்ம வக்கீல் வீட்டு மாமி இல்ல ஆயா..."

"உம்."

"பாலு குடுக்கறதுக்கு போனனே அப்ப..."

"இன்னா சொன்னா?..."

"உங்க ஆயா பால்ல தண்ணிகலப்பாளாடான்னு கேட்டாங்க."

அப்படியே நின்றாள். அவளது முகம் என்னவாக மாறியது என்று சொல்லவே முடியாது. அப்படி மாறிவிட்டது. பயந்து போனேன்.

"நீ இன்னா சொன்னே?" என்று கூடக் கேட்கவில்லை. நன்றாக ஞாபகம் இருக்கிறது. அவள் கேட்டாள் சுருக்கமாக:

"சொல்லிட்டயா?"

இந்தக் கேள்வியில் நான் எப்படிச் சமாளித்தேன் என்று தெரிந்து கொள்கிற எதிர்ப்பார்ப்பும், கோபமும், இன்ன பிறவும் இருந்தன.

இப்போது ஆயாவிடம் உண்மையைச் சொல்வதா? பொய்யைச் சொல்லி ஆயாவைச் சமாளிப்பதா? என்ற எண்ணத்தில் மிரண்டேன்.

மறுபடியும் சத்தியமே ஜெயித்தது.

“கொஞ்சூண்டு தண்ணி ஊத்துவாங்கன்னு சொன்னேன்” என்றேன்.

அவ்வளவுதான், இடுப்பிலிருந்து என்னை அப்படியே நின்றகதியில் கீழே போட்டாள். பக்கத்தில் கடற்பாளைச் செடிகள் ‘சோ’ வென்று வளர்ந்திருந்தது. கிளையொன்றை ஒடித்து வந்து சாத்து, சாத்தென்று சாத்தினாள்.

ஆயா, அவளது நிலையில் சிறந்த நிர்வாகியாக இருந்தாள். வரட்டிதட்டி விற்பதிலிருந்து பாலில் ஒன்றுக்கு இரண்டாகத் தண்ணீர் கலப்பது, புதிதாய் மாடு வாங்குவது, சகாயமான நேரங்களில் வைக்கோல் வாங்கிப் பத்திரப்படுத்துவது என்று வெகு ஜாக்கிரதையாக இருந்தாள். தாத்தாவுக்கு பவுண்டுக்கு ஓட்டிப் போனமாட்டை அழைத்து வருகிற வேலைதான் பிரதான வேலை. அதுவும் கூட ஒவ்வொரு போலீஸ்காரனையும் எப்படி சரிகட்டுவது என்பது ஆயாவுக்குத்தான் தெரியும்.

ஆயாவீட்டில் வளர்ந்த காலங்கள் ரொம்பவும் மகிழ்ச்சியானவை. மாட்டுக்குப் பொட்டு வாங்கும் போது கூடவே பொட்டுக்கடலை ஆழாக்கு வாங்கி, இரண்டு டவுசர் பாக்கெட்டுகளிலும் போட்டு வைத்துக் கொண்டால், ஒருநாள் முழுதுக்கும் நொறுக்கு தீனிப்பிரச்சினை இருக்காது.

ஓயாமல் எப்போதும் வேலை இருந்த போதும் அத்தனை பரபரப்பிலும், யந்திரகதியிலும் மிச்சமாய்க் கொஞ்சம் சுதந்திரம் இருந்தது.

அதிகாலை நான்கு மணிக்கு எழுந்திருப்பதும், பாங்க் மானேஜர் வீட்டுக்குப் பாலெடுத்துச் செல்வதும் தவிர மீதி விஷயங்களெல்லாம் சுவாரஸ்யமானவை.

மேலும் ஆழாக்குப்பால் அதிகம் கறந்துவிட்ட பசுவைப் பற்றியோ, கிடேரி கன்று போட்டதாலோ, கடும்பு காய்ச்சு வதாலோ, சமயத்தில் தாத்தாவையே கூட இடித்துத் தள்ளிய முரட்டுடச் செவுளிப்பசு, பக்கத்து வீட்டு இரண்டு வயதுக் குழந்தை அதனருகில் போய் காதுமடல்களை திருகியபோது தியானம் போல் கண்களை மூடிக்கொண்டு அசையாமல் இருந்ததைப் பார்க்க நேர்ந்ததாலோ, தினம், தினம் சுவாரஸ்யம் இருந்தது.

பாங்க் மானேஜர் வீட்டைப் பற்றிச் சொல்லியாக வேண்டும். நான் காலையில் பால் கொண்டு போகிற பெரும்பாலான நேரங்களில் ஸ்டூல்மீது ஏறி நின்றுகொண்டு நந்தியா வட்டைப் பூக்களைப் பறித்துக் கொண்டிருப்பான்.

“ஏண்டா அம்பி படிக்கறியா?” என்று பார்க்கும் போதெல்லாம்

அலுக்காமல் கேட்பான்.

பால் சொம்பைக் கீழே வைத்துவிட்டு என்னைப் பாலை அளந்து ஊற்றச் சொல்லிவிட்டு, பால் சொம்பின் மேல் தண்ணீரைத் தெளித்துத்தான் எடுப்பான்.

இந்தத் தீட்டுக் கழிக்கிற வேலையும் ஏக வசனமாய் அழைப்பதும் எனக்குச் சற்றும் பிடிப்பதில்லை.

என்ன திமிர்? ஒரு மனிதனை அவனெதிரிலேயே கேவலப் படுத்துவதில் இதைவிட மோசமான முறை இருக்குமா? பாலகிருஷ்ணன் சார் சொன்னபிறகுதான் இதைவிடக் கேவலமான ஆச்சாரங்கள் இருந்ததாகவும், பிராமணர்கள் பலரும் தாழ்த்தப் பட்ட மக்களை மனிதர்களாக நினைத்ததில்லை என்பதும் தெரிய வந்தது. வர்ணாசிரமத்தின் கொடுமை நெஞ்சில் உறைத்தது.

“காபிக் கடைகளில் பறையர்களுக்கென்று தனியாகத் தம்ளர் வைத்தது எவ்வளவோ பரவாயில்லை. அந்தக் காலத்தில் காப்பிக் கடைல மூங்கில் குழாய் இருக்கும்... ஒரு முனையில் காப்பிய ஊத்துனா இன்னொரு முனைல வாய வெச்சி குடிக்கணும்... அப்படிலாம் சிஸ்டம் இருந்தது...”

பாரத நாடு பழம்பெரும் நாடு... ஒருத்தனை ஒருத்தன் மதிக்காத நாடு... எவ்வளவு பழைய நாடாக இருந்து என்ன பிரயோஜனம்? வர்ணாஸ்ரமம் ஏதாவது ஒரு கட்டத்தில் சமூக வளர்ச்சிக்கு உதவியிருக்கிறதா? பின் எப்படி ஆயிரம், ஆயிரம் காலமாய் இவ்வளவு உயிரோட்டமாக எல்லோர் மனத்திலும் இருக்கிறது? மூங்கில் குழாய்ல ஊற்றும் காப்பியைக் குடிப்பதற்கு இவன் ஏன் சம்மதிக்க வேண்டும்? அப்படியானால் அவனே தான் ஒரு தாழ்ந்தவன் என்பதை ஏற்றுக்கொள்கிறானா? இந்தக் கேவலத்தை எதிர்க்கவில்லை என்பது ஒரு ஆச்சரியம் என்றால் அடிமைத் தனத்தைத் தீவிரமாகக் கடைப்பிடிக்கவும் செய்திருக்கிறான். உண்மையில் இது விஞ்ஞானத்திற்கு விடப்பட்ட சவால்.

வெகு நேரம் டீக்கடை வாசலில் நின்று கொண்டிருக்கிறோம் என்று உணர்ந்தேன். எந்தப் பக்கம் போகலாம் ஐயரை நோக்கியா? வீட்டுக்கா?

ஐயரிடம் போய் மன்னிப்புக் கேட்க மனம் ஒப்பவில்லை. வீட்டை நோக்கி நடந்தேன்.

11

முன்னைவிடப் பலமடங்கு பரபரப்பாக இருந்தேன். தொழில் நுட்பத் தலைமையகத்துக்குத் தினமும் பால் மாறாமல் சைக்கிளில் வேர்க்க, விறுவிறுக்கப் போய், 'உன் மார்க் லிஸ்ட் வரலப்பா. திங்கட்கிழமை வந்து பாரு' போன்ற அலட்சிய பதில்களை வாங்கிக் கொண்டு வேகமாகத் திரும்பினேன். நூலகங்களில் ஞாயிற்றுக்கிழமைப் பேப்பர்களை ஆய்ந்து வேலை தேடினேன். லெட்டர் பேட் மட்டும் வைத்திருக்கும் எனக்குத் தெரிந்த கன்ஸ்ட்ரக்ஷன்காரர்களிடம் எக்ஸ்பீரியன்ஸ் சர்டிபிகேட் வாங்கி நேரிலும், தபாலிலும் விண்ணப்பித்தேன்.

வெகுசிலர் இன்டர்வியூவுக்கு அழைத்து நானூறு ரூபாய் சம்பளம் தருகிறேன் என்றார்கள். நிலைமை ஏன் இவ்வளவு மோசமாகி விட்டது என்று தெரியவில்லை.

ஒவ்வொரு நாளும் வேலைக்குப் போய் வந்த நாட்களை விடச் சோர்வாகத் திரும்பினேன். வீட்டில் ஒரு மாதத்தில் எனக்குச் சோறுபோட சோர்ந்து விட்டார்கள். எனக்குச் சோறு போடுவதை அலுப்பான விஷயமாகக் கருதத் தொடங்கியிருந்தார்கள்.

'தண்டச்சோறு' என்று அழைப்பதெல்லாம் நன்கு பழகிப் போய் ஒரு கட்டத்தில் அந்த வார்த்தை அர்த்தமும் இழந்துவிட்டிருந்தது.

ஏன் ஒரே மாதத்தில் இப்படியெல்லாம் என் சொரணையைச் சீண்டிப் பார்க்கிறார்கள் என்பது புரியாமல் இல்லை. நான் அடிக்கடி வேலையை விட்டு விடுவதும் இடையில் நாலுமாதமோ, ஆறுமாதமோ விட்டேற்றியாய் இருப்பதும், அவர்கள் பழையபடி என் மான உணர்வைத் தூண்டி என் வேலை தேடும் ஆர்வத்தை

ஊக்கப்படுத்துவதும் புரிந்து போன விஷயம்தான்.

முன்னூறுக்கும், நானூறுக்கும் வேலைக்குப் போய்க் குப்பை கொட்ட முடியாது என்பது புரிந்ததால் நல்ல கம்பெனியாய் இரண்டாயிரத்திற்குக் குறைவில்லாமல் கிடைத்தால் சேருவதாக இருந்தேன்.

முடியாது போலிருந்தது.

டிப்ளமாவை வாங்கிவிட்டால் பெரிய கம்பெனியை அணுக முடியும்.

"எத்தனை வருஷம் ஆகுது கோர்ஸ் முடிச்சு?" என்று தொழில் நுட்பக் கல்வி தலைமையகத்தில் கேட்டார்கள்.

"மூணு வருஷமாச்சு சார்" என்றேன்.

"சரியா மூணு வருஷம் முடிஞ்சு போச்சா?"

"ஏன் சார்?"

"இப்ப மூணு வருஷத்துக்குள்ள முடிக்கணும்னு சட்டம் வந்திருக்கு."

"சார்!"

"இனிமே படிக்கிற பசங்களுக்கா உங்களுக்குமான்னு தெரியலை."

"என்ன சார் இது?"

"ஆமாம்பா மூணு வருஷத்துக்குள்ள முடிக்கலைனா... அவ்வளவுதான். நீ டிப்ளமா படிச்சோம்ங்கிற விஷயத்தையே மறந்திடணும்."

"சார்!"

"என்னை என்னா பண்ணச் சொல்றே?... ரூல்ஸ் அப்படி."

"எனக்கு ரிசல்ட்டே வரமாட்டேங்குதே சார்... ரிசல்ட் வந்தாத்தானே முடிச்சனா இல்லையானு தெரியும்?"

"உன்னை மாதிரி ஆயிரம் பேர் வர்றான். எங்கன்னு தேட்றது? எதாவது விஷயம் இல்லாம அமுக்கி வைக்க மாட்டாங்க..."

"காலேஜ் வி.பி.கிட்ட கேட்டேன். உன்னுடைய 'இன்டேனல் மார்க்' ரெக்கார்ட்ஸ் இல்ல. இன்டேனல் மார்க் இருந்தா ஜிராக்ஸ் எடுத்துக்குடுனு கேட்டார்."

"குடுத்தியா?"

"........ ம்...."

"எவ்ளோ நாளாச்சு?"

“ரெண்டு மாசமாச்சு சார்.”

“கொஞ்சம் இரு” என்று சொல்லிவிட்டு இண்டர்காமில் யாரையோ அழைத்து என்னுடைய நம்பரையும், பேரையும் சொன்னார்.

“போ கீழ போய் இரு... கூப்பிட்டனுப்றேன்.”

காத்திருந்தேன். கேண்டீனில் டீயும், சிகரட்டும் முடித்துக் கொண்டு வந்தேன். மறுபடி காத்திருந்தேன்.

மூன்றுவருடம் கெடு கொடுத்திருக்கிறார்கள். முடிந்த பிறகு கெடுவை அறிவிக்கிறார்கள். வெட்டுவதற்குக் கத்தியை ஓங்கிவிட்டுச் சொல்கிறார்கள்; கடந்த ஒருவருடமாக உனக்கு வாழ்வதற்கு வாய்ப்பு கொடுத்தோமென்று.

எதற்காகக் கெடுவெல்லாம்?

மூன்று வருட காலத்தில் முடிக்க முடியாதவன் பின் எப்போதும் முடிக்க முடியாதென்றா? மூன்றாவது வருடத்துக்குள் வராத அறிவு நான்காவது வருடத்தில் வராதென்றா? என்ன நினைத்துக் கொண்டிருக்கிறார்கள்?

நான் கல்லூரியில் சேருவதற்கு முன் ‘பிரேக் சிஸ்டம்’ என்று ஒன்று இருந்தது. முதல்வருடம் உள்ள அத்தனைப் பாடங்களையும் முடிக்காமல் இரண்டாம் வருடத்துக்குப் போக முடியாது. நல்ல வேலையாக நான் படிக்கும் காலத்தில் அந்த சிஸ்டம் இல்லை. ஆனால் பெயிலானவர்கள் ‘சிவில் டிபார்ட்மெண்ட்டுக்கு’ என்ற முறைமட்டும் இருந்தது.

குறிப்பிட்ட மனிதனைத் தாழ்ந்தவன் என்று சொல்வதை விடக் கொடுமைதான் குறிப்பிட்ட பாடத்தைத் தாழ்ந்தது என்று தீர்மானிப்பது.

அப்படி ஓரிரு சப்ஜக்ட்டுகளில் போனவர்கள், வெளியே இருந்து எழுதி முடித்துவிட்டுப் பின் இரண்டாவது வருடத்தைக் கல்லூரியில் தொடர்வார்கள். அப்படிச் சேர்ந்தவர்கள்தான் கனகராஜ், விஜயராகவன், கலைச் செல்வன், ராமமூர்த்தி... நான் இரண்டாவது வருடம் போன போது, மாணவர்கள் போன்ற அம்சங்களை எல்லாம் இழந்து வந்து எங்கள் அருகில் அமர்ந்தார்கள். படிப்பும் அற்று, வேலையும் அற்று அந்த இடைவெளிகளில் பொழுது போக்காகக் கெட்டுச் சீரழிந்தவர்கள் இருந்தார்கள். போதைப் பொருள்களில், பெண்கள் விஷயங்களில் அத்துப்படியாய் இருந்தனர். குறிப்பாக கனகராஜ்...

நான் படித்துக் கொண்டிருக்கும்போது இடையே நிறுத்தி வைத்திருந்த ‘பிரேக் சிஸ்டம்’ மறுபடி தொடரும் என்று சர்க்குலர் வந்தது. அவ்வளவே! மறுநாளே கோட்டை நோக்கி ஊர்வலம்.

பொங்கி எழுந்தது மாணவர் கூட்டம்.

கூச்சலும் கலவரமும் கொண்டிருந்தது ஊர்வலம். ஒரு பஸ்ஸை, லாரியை எதையும் நாங்கள் செல்லும் பாதையில் அனுமதிக்கவில்லை. போகப் போக குரூரமாக நடந்துகொள்ள ஆரம்பித்தார்கள். ஒரு ஓரமாக சைக்கிளில் எங்களைக் கடந்துப்போன ஒருவனை இறங்கச் சொல்லி கோஷமிட்டு, அவன் இறங்குவதற்குள் அடித்தும் விட்டனர்.

குழுவாய் இருப்பதன் பலத்தை இப்படி வழி காட்டுதல் இன்றித் தவறாகப் பயன்படுத்திய சமயத்தில் மக்களின் வெறுப்பை கை நிறையச் சம்பாதித்தனர். ஊர்வலத்தின் நோக்கம், மாணவர்களுக்கு இழைக்கப்படும் கொடுமையை மக்களிடம் அறிவிப்பது என்பது போய், மக்கள் வேணும்டா உங்களுக்கு'என்று காதருகே கூறும் அளவுக்கு நிலைமயாகி விட்டது.

சென்னைப் பல்கலைக் கழகம் தாண்டி ஊர்வலத்தை அனுமதிக்கவில்லை. அப்போதுதான் ஊர்வலம் மேற்கொண்டு என்ன செய்யப்போகிறது என்பதற்காக ஒரு நோட்டமாகத் திரும்பிப் பார்த்தேன். கூட்டம் கணிசமான அளவுக்குக் காணாமல் போயிருந்தது. ஏகப்பட்ட தியேட்டர்களைக் கடந்துதான் ஊர்வலம் இவ்விடத்தை அடைந்திருக்கிறது என்பதைக் கருத்தில் கொள்ள வேண்டும். பாவிகள்... நமக்காகத்தான் இவ்வளவு பேர் போகிறார்களே என்ற எண்ணத்தில் ஒவ்வொருவனும் கம்பி நீட்டி விட்டான்.

'கோமிட்டி பாலூற்றிய கதை' என்பார்களே!

ஏதோ ஊர் சேவைக்காக ஒரு குடம் பால் தேவைப்பட்டது. ஊரிலுள்ள அனைவரும் ஆளுக்கு ஆழாக்குப் பால் வீதம் தரவேண்டும் என்று பொதுவான இடத்தில் குடத்தின் வாயைத் துணியால் கட்டி வைத்துவிட்டார்கள். எல்லோரும் ஊற்றி முடித்ததும் திறந்து பார்த்தால் குடம் நிறைய தண்ணீர். எல்லோரும்தான் பாலூற்றுகிறார்களே என்று ஒவ்வொருவனும் பச்சைத் தண்ணீரை ஊற்றியிருக்கிறான்.

துவங்கிய கூட்டத்தில் பத்து சதவீதம் பேர் தேறினார்கள். அவர்களில் பெரும்பாலோர், போலீஸ் மடக்கவே ஓரமாகப் போய் ஐஸ் வாங்கிச் சாப்பிடத் துவங்கிவிட்டார்கள்.

ஒரு சிலர் மட்டும் முழங்கிவிட்டுக் கலைந்தார்கள். ஏதோ இந்த அளவுக்காவவது ஆங்காங்கே எதிர்ப்பிருக்கவே, பிரேக் சிஸ்டத்தைத் தடை செய்ய முடிந்தது.

மூன்று வருஷத்திற்குள் முடிக்க வேண்டும் இல்லையாயின் டிப்ளமாவை மறந்துவிடு என்கிறானே பாவி. குறைந்த பட்சம்

பத்து பேரைத் திரட்ட முடியுமா? மூன்று வருடம் கழித்து வருகிற பிரச்சினைக்குப் படித்துக் கொண்டிருக்கிற பசங்களுக்கு அக்கறை இல்லை என்பது தெரிகிறது.

இவ்வளவு படித்து, அலைந்து பழையபடி எஸ்.எஸ்.எல்.ஸி என்ற பட்டத்தையே அடைய வேண்டிய கொடுமை பயமுறுத்தியது. இனிமேல் வருகிற மாணவருக்குத்தான் இந்தச் சட்டமாயின் நான் தப்பித்தேன். இனிமேல் வருகிற மாணவனைப் பற்றி நானும் ஏன் கவலைப்பட வேண்டும்? ஆனால், என்னுடைய நேரம் முடிந்து விட்டது என்று நினைத்துக் கொள்ள வேண்டியதுதான்.

எவனைச் சபிப்பது என்று கூடத் தெரியவில்லை. மலையைப் பார்த்து நாய் குரைத்த கதையாகி விடக் கூடாதே என்று வெறித்துக் கொண்டிருந்தேன்.

அப்பா சுலபமாக, 'பி.ஏ. படிடானா கேட்டியா?' என்பார். பதிலாக மொழியில்லை.

பசியும், மயக்கமுமாகக் கடிகாரத்தைப் பார்த்தபோது ஒரு மணி நேரம் கடந்து விட்டிருந்தது. ரிஸப்ஷனில் போய் விஷயத்தைச் சொன்னேன்.

"உம் பேரின்னா?"

"நட்ராஜ்."

"எவ்ளோ நேரம் கூப்டறேன்... என்ன பண்ணிக்குனு இருந்தே?"

"இங்கதான் இருந்தன் ஸார்... ஸாரி கவனிக்கவில்லை."

"கவனிக்கலனா... என்ன பண்ண சொல்றே... உக்காரு... கேட்டுட்டு கூப்படறேன்" என்று இன்டர்காமை எடுத்துப் பேச ஆரம்பித்தான்.

உட்கார்ந்தேன். யாரிடம் சொல்லி நிலைமையைப் புரிய வைப்பதென்று குழப்பமாய் இருந்தது.

'ஒரு பெண்ணின் மனதை ஒரு பெண்ணால்தான் புரிந்து கொள்ள முடியுமென்று சினிமா டயலாக் பேசுவது மாதிரி, இதையெல்லாம் புரிந்து கொள்ள எனக்கென்று யாரேனும் பிறந்திருப்பார்களா?' என்று கூட யோசித்தேன்.

'ஸ்நேகா' என்று ஆறுதல் சொல்வற்காக இயக்கம் நடத்துவோரிடம் போய் முறையிடலாமா?

ரிஸப்னிஸ்ட் என்னை அழைத்து, மேலே உள்ளோர் என்னை அழைப்பதைத் தெரிவித்தான்.

"அதுக்குள்ள எங்கயா போயிட்டே?" என்றார்கள் மேலே.

"காலைல சாப்பட்ல சார்... டீ சாப்பிட போயிருந்தேன்."

“தள்ளி நில்லுயா... சிகரட் புடிச்சியா?”

“....”

“உன் மார்க் லிஸ்ட்டை காலேஜிக்கு அனுப்பிர்றம். ரெண்ட் நாள் கழிச்சுப் போய் பாத்து வாங்கிக்க.”

“நிஜமாவா சார்.”

“யோவ்... உங்கிட்ட பொய் சொல்லி வீடா கட்டப் போறேன்?”

“மூணு வருஷமாச்சு சார்... மார்க்லிஸ்ட்டைப் பார்த்து.”

“....ம்...”

“ஏன் இவ்ளோ நாளா வரலைனு சொல்ல முடியுமா சார்.”

“இதான வேணாண்றது?”

“இல்ல சார்... என்னதான் ரீஸன்னு தெரிய வேணாவா?”

“தெரிஞ்சு என்ன பண்ணப் போறே?... கேஸ் போடப் போறியா?”

“இல்ல சார்... சும்மாதான்.”

“இங்க வா...” அறை முழுக்க லெட்ஜரும் மார்க்லிஸ்டுமாக இருந்த மதிப்பிற்குரிய குப்பைகளைக் காண்பித்தார்.

“ஒவ்வொரு செமஸ்டருக்கும் இவ்வளவு பேருக்கு சரி பார்த்து அனுப்ப வேண்டியிருக்கு... சின்ன சந்தேகம் இருந்தாலும் அதை ஓரங்கட்டி வெச்சிட்டு மற்றதைக் கவனிக்க வேண்டியிருக்கு. மார்க்லிஸ்ட் வராதவன் உடனடியா இங்க வந்து விசாரிச்சு இருக்கணும்.”

விலாவாரியாகப் பேச நினைத்து தவிர்த்தேன்.

“பாஸா ஸார்?” என்றேன்.

“என்னது?”

“என்னோட மார்க்... பாஸ் மார்க்கா ஸார்?”

“அதெல்லாம் நாங்க சொல்ல கூடாதுப்பா.”

இதிலொன்னும் குறைச்சலில்லை.

மெல்ல வாசல் நோக்கி வந்தபோது, சற்றும் எதிர் பார்க்காத வகையில், “பாஸ்தான்... கவலப்படாமப் போ...” என்றார் அவர்.

12

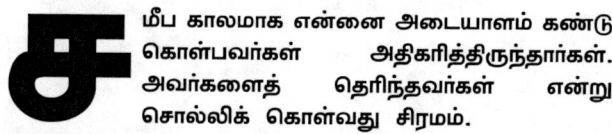

சமீப காலமாக என்னை அடையாளம் கண்டு கொள்பவர்கள் அதிகரித்திருந்தார்கள். அவர்களைத் தெரிந்தவர்கள் என்று சொல்லிக் கொள்வது சிரமம்.

தெருக்குழாயில் வரிசை நிற்கும்போதோ பால்கார்டுக்கோ, ரேஷன் கடைக்கோ காத்திருக்கும் போதோ பேச்சு வாக்கில் பொதுவாக சமூக விஷயங்கள் சில பேசிய தால் என் முகத்தை நினைவுபடுத்திக் கொண்டவர்கள்.

மணிவண்ணன் என்னிடம் அதிகமாக ஐக்கியமாகிப் போனான். நான் கட்டிடத் தொழில் நுட்பம் படித்த பொறியாளன் என்பதால், அவன் வீட்டில் பாத்ரூம் கட்டு வதற்கெல்லாம் என்னைப் பயன்படுத்திக் கொண்டான்.

பரிகாரமாக அடுத்தவாரம் ஏதாவது சினிமாவுக்குப் போகலாம் என்றான்.

"வேண்டாம்" என்று மறுத்துப் பார்த்தேன்.

"அடுத்த வாரம் எனக்கு பென்ஷன் வந்துடும்... சும்மா வர்ற பணம்தானே...?"

"இந்த வயசுல பென்ஷனா?"

"பென்ஷன் தெரியாது?.... எம்ப்ளாய்மண்ட் ஆபீஸ்ல பதிவு பண்ணி அஞ்சு வருஷம் ஆனா தருவாங்களே?..."

"உதவித் தொகை."

"அதே... மாசம் அம்பது ரூபா... நீ பதிவு பண்ணலயா?"

"இன்னும் டிப்ளமா சர்டிபிகேட் வரலப்பா."

"அதனாலென்ன...? டென்த் படிச்ச சர்டிபிகேட் இருக்குமே?"

“ஆமா... ஒரேடியா டிப்ளமாவையே பண்ணில்லாம்னுதான் விட்டுட்டுடேன்.”

“பென்ஷனைக் கோட்டை விட்டுட்டயா?... இன்னேரம் அம்பது ரூபாயாவது கைக்கு வரும்ல... டீ செலவுக்காச்சு?”

என்னையறியாமல் பெருமூச்சுவிட்டேன்.

“நந்தனம் தானே?” என்றேன்.

“எந்தக் காலத்தில இருக்கிற நீ....? இப்ப அண்ணா நகர்”

“அண்ணா நகர்ல எங்க?”

“கந்தசாமி நாயுடு காலேஜ் இருக்குதில்ல... அங்க எறங்கி யாரைக் கேட்டாலும் சொல்லுவாங்க.”

“எங்க எறங்கறது? சைக்கள்ளதானே போகப்போறேன்.”

“போறதா இருந்தா காலைல 9 மணிக்லாம் போயிடு. பர்ஸ்ட் பேட்ச்ல போயிடலாம். அதுக்கப்புறம் கூட்டம் வந்துரும்” என்றான்.

நான் போனபோது எட்டு மணிக்கே கூட்டம் இருந்தது. சாப்பாடு கட்டிக்கொண்டு வந்துவிடுவார்கள் போலிருந்தது. வேலை கிடைக்காதென்ற நம்பிக்கையிலும், உதவித் தொகை கிடைக்குமென்ற நம்பிக்கையிலும்தான் அங்கே பலரும் பதிவு செய்ய வந்திருந்தனர். எனக்கோ இந்த இரு நம்பிக்கைகளைவிட ஒரு நாள் பொழுது இப்படியேனும் கழிந்ததே என்ற திருப்தி மட்டும்தான்.

வி.பி.சிங் ஜெயித்துவிட்டதை ஒருவர் பிரதமாதமாகப் பேச, “யார் ஜெயிச்சு என்ன சார்... நாம டெய்லி தண்ணிக்கு அரைமணி நேரம் லைன்ல நின்னுதான் தீரணும்... இந்திரா காந்தி ஆண்டபோதிலிருந்து நிக்கறோம். இங்க க்யூ கொஞ்சமாவது குறையவரைக்கும், வி.பி. சிங்கும் இன்னொரு இந்திரா காந்திதான்” என்றேன் நான்.

சிரித்துவிட்டு, “அப்ப சந்திரசேகர் பெட்டர் இன்றீங்களா?” என்றார்.

“அந்த இந்திரா காந்தியும் அவளதான்.”

இந்த மாதிரி ஏதாகிலும் சொல்ல நேர்ந்து பல இடங்களிலும் அடையாளம்கண்டுகொள்பவர்கள்பெருகினார்கள்.மணிவண்ணன் போன்று சிலரால் சிறு நன்மைகளும் கிட்டின.

வழிகளிலோ, பஸ் ஸ்டாப்பிலோ பார்க்கும்போது, முன் முறுவல், கையசைவு. ‘ஏதேனும் செய்தார்கள். சிலர் டீ சாப்பிட அழைத்தார்கள். சிகரட் பரிமாறவும் கூடச் செய்தார்கள்.

வேகமாகப் போய்க் கொண்டே “இன்னாப்பா வேலைக்குப் போலையா?” என்று கேட்டுவிட்டு பதில் கேட்கும் அவகாசம்

இல்லாமல் சிலர் போனார்கள்.

இவர்களோடு இவர்களாகத்தான் அசோகன் எனக்கு அறிமுகமானார். என்னை ஏகப்பட்ட குழப்பத்தில் ஆழ்த்தி வந்தார். அவர் விஞ்ஞானம் சொல்கிறாரா? வரலாறு பேசுகிறாரா? கணக்கு பேசுகிறாரா? ஜியாகரபியா? என்றெல்லாம் வரையறுக்க முடியாத மொழி ஒன்றைப் பேசினார். அவர் ஒரு கம்யூனிஸ்ட் என்கிற விஷயத்தையும் பின்னர் சொன்னார்.

'வால்காவிலிருந்து கங்கை வரை' என்னும் தலைப்பு கொண்ட புத்தகம் ஒன்றைக் கொடுத்தார். சரித்திர நாவல் மாதிரியும், அல்லது சரித்திரம் மாதிரியும் இருந்தது அந்தப் புத்தகம்.

அந்தப் புத்தகம் எழுதப்பட்டதன் நோக்கம் என்ன என்று கேட்டேன்.

அன்றைக்கான உணவை அவ்வப்போது தேடி உண்ணும் ஆதிமனிதன் வாழ்க்கையையும் அதோடு ஒட்டிய கருவிகள், இயற்கையின் அச்சுறுத்தல் காரணமாக கடவுள்கள் போன்ற சிந்தனைகள் எழுந்ததையும் சொன்னார்.

பின்னர் ஒரு குழுக்கள், அடுத்த குழுவினரைப் பிடித்து வந்து அடிமைப்படுத்திக் கடுமையான வேலைகள் இட்டதையும் கூறினார்.

அவர் மிக வேகமாகவும், சிக்கனமாகவும் செல்லுவது போல இருந்தது.

"ஏன் சார் நானிப்படிக் கேட்பேன்னு உங்களுக்கு பர்ஸ்டே தெரியுமா?" என்றேன்.

என் கேள்வியை மதிக்காமல், லேசாகப் புன்முறுவல் பூத்து விட்டுத் தொடர்ந்தார்.

"இதன் வளர்ச்சி, மன்னராட்சி முறையாக மாறியது, அடுத்த நாட்டில் இருந்து செல்வங்களைக் கொள்ளை கொண்டுவந்து தமது நாட்டில் செழுமைப் படுத்தினார்கள். கோயில் குளங்கள் கட்டி, மன்னராட்சிக்கான நியாயங்கள், தருமங்கள் எழுதப் பட்டன. மன்னராட்சியில் நிலமுடையோர் மற்றும் நிலமற்ற கூலி விவசாயிகள் என்று மக்கள் திரள் இருகூறுகளாக இருந்தது. இதில் கூலி விவசாயி தங்களின் மனித சக்தியைச் செலவிட்டு ஏற்படுத்திய உற்பத்தி அதிகரிப்பில் ஆடல், பாடல், பரதம், கதாகாலட்சேபம், புராணம் மாதிரியான விஷயங்களில் நிலமுடையோர் ஈடுபட்டு அவைகளை வளர்க்க முடிந்தது" என்றார்.

மேற்கூறிய வாசகத்தை அவர் ஒரு குறிப்பிட்ட தொனியில், விசேஷ வார்த்தைகளோடு சொல்வதுபோல் இருந்தது. அவர் பொதுவான விஷயத்தைச் சொல்வதுபோல எனக்குத் தோன்றவில்லை.

இடையில் நான், "எதுக்காக இவ்வளவு கதையும்?" என்றேன்.

அவர் 'பொறு' என்பதுபோல் கையைக் காட்டிவிட்டுத் தொடர்ந்து விளக்கிக் கொண்டு போனார்.

ஒரு கட்டத்தில் அனிச்சையாக எனக்குக் கொட்டாவியும் கூட வந்துவிட்டது.

'பெரிய, பெரிய ஆலைகள் தோன்ற ஆரம்பித்ததையும், அவற்றில் தொழிலாளர்கள் பெரும் பகுதியாகவும் முதலாளிகள் சொற்ப பகுதியாகவும் மாறி, மக்கள் இருகூறுகளாக இருப்பதாகவும் கூறி முடித்தார்.

நான் மறுபடி, "எதுக்காக இவ்வளவு கதையும்?" என்றேன்.

"... ம்.. கேளு... மனிதக் குரங்கிலிருந்து மனிதன் இந்த அளவுக்கு சமூகமாக முன்னேறியதற்கு காரணம் அவனுடைய உழைப்பு... உழைப்புதானே?..."

'இவரென்ன இந்த மாதிரிக் கேட்கிறாரே?'

"என்ன சார் இது?... ஆதிகாலத்தில் இருந்து மனுசன் இந்த உலகத்தை முன்னுக்குக் கொண்டாரனும்னுதான் உழைச்சாப்ல கேக்றீங்க?"

"அவன் வாழவும், கூலிக்காகவும் உழைச்சான்... அதனால முன்னேற்றம் கிடைச்சுதா இல்லையா?"

நான், "ஹாங்... அப்படிச் சொல்லுங்க...." என்றேன்.

"இப்போ முதலாளித்துவம் முதிர்ந்த நிலைக்கு வந்தாச்சு. ஒரு முதலாளி உருவாகிறான்னா... நூறு தொழிலாளிகள் தேவைப்படுகிறது. ஸோ... முதலாளித்தும் தன்னுடைய எதிரியைத் தானே உற்பத்தி செய்யுது. அதனுடைய சவக் குழியை அதுவே வெட்டுகிறது..."

இதனால்தான் இவர் கணிதம் பேசுவதாகக் குறிப்பிட்டேன்.

"என்ன ஸார் வளர்ச்சின்னு சொன்னீங்க... இப்ப மறுபடியும் சவக்குழின்றீங்க..."

"நிலபிரபுத்துவ முறைல இருந்து முதலாளித்துவம் வந்தது வளர்ச்சி... இப்ப முதலாளித்துவம் போய் சோஷலிச முறை வரும்..."

"அப்புறம்?" என்றேன் ஆர்வமாய்,

"அப்புறம் என்ன வரும்? ஆயிரம் வருஷம் கழிச்சு என்ன வரும்னுலா நாம ஜோஸியம் பாக்க வேண்யடிதில்ல... அப்புறம் வரப்போறத அப்ப இருக்கவங்கதான் சொல்ல முடியும்..."

"சரி... சோஷலிசம் வரும்னு மட்டும் நீங்க எப்படி சொல்றீங்க?"

"இப்ப... தனித்தனியா சொத்துக்கள் ஒவ்வொருத்தருக்கும் இருக்கறதாலதான், ஒருத்தன் பத்து தலைமுறைக்குச் சொத்து சேத்து வைக்கறதும் சிலர் மத்தியானச் சாப்பாட்டுக்கு லோல்பட்றதும் ஏற்படுது, இல்லையா?"

"அது சரி..."

"சோஷலிசம், இயற்கையின் அத்தனை வளங்களையும் அரசு ஏத்துகிட்டு, மனிதர்களின் தேவைகளைப் பூர்த்தி செய்யுது. தம்புள்ளைக்கு, பேரனுக்கெல்லாம் சொத்து சேர்க்கணுங்கிற கவலை இவனுக்குத் தேவையில்லை."

"நல்ல மெத்தேட் தான்... ஆனா இது ஒழுங்குபட்டு வருமான்னுதான் தெரியல. அதெப்படி யார், யார் எவ்ளோ சொத்துக்கள் ஒப்படைக்றாங்களோ அதுக்கேத்தமாதிரி ஷேர் குடுத்துடுவாங்களா?"

சிரித்தார்.

"நல்ல கதைதான்... சோஷலிசம்னா அதில்லப்பா... ஷேர் குடுத்தா என்ன பிரயோஜனம்? ஏற்கெனவே பணக்காரனா இருந்தவன் தான் அப்பவும் சொகுசா இருப்பான். சோஷலிசம்னா அதில பணக்காரனும் இருக்க மாட்டான் ஏழையும் இருக்க மாட்டான். வர்க்கம் என்பது இருக்காது. உழைக்கிறவன் வாழ முடியும்..."

"நம்ம நாட்ல வரும்ங்கிறீங்களா?"

"ஏன் அப்படிக் கேக்கறே?"

"நம்மநாட்ல எந்த மாதிரிக் கஷ்டங்கள் வந்தாலும்? நம்ம தலை எழுத்து அவ்ளதான்னு படுத்துக்கறாங்க... மிஞ்சிப் போனா திருப்திக்கும், சபரிமலைக்கும் ஓட்றானுங்க,"

"எவ்வளவு நாளைக்கு அப்படிப் போவாங்க? ஒரு லிமிட்டுக்கு மேல ஏன் இவ்வளவு பேர் ஏழையா இருக்கோம். கொஞ்சம் பேர் மட்டும் கோடி, கோடிய வெச்சிருக்காங்களேன்னு யோசிப்பான்."

"அதான்... தலை எழுத்துன்னு சொல்லிப்பான்."

"அதெல்லாம் போயிடும்பா."

"ஜோஸியம் மாதிரிதான் சார் இருக்குது நீங்க சொல்றது?.... ஜோஸியம்னு சொல்லும் போது தான் ஞாபகம் வருது... ஏழரை நாட்டுச் சனி தெரியுமா உங்களுக்கு... அதுதான் நம்ம கஷ்டத்துக்கு காரணம்னு நினைச்சுப்பான்."

அவர் சிகரட்டைக் கொளுத்திக்கொண்டார். என் பக்கம் சிகரட் பாக்கெட்டை நீட்டியபோது தயங்காமல் ஒன்றை எடுத்துக் கொண்டேன்.

“நீ சொல்றதெல்லாம் நிலப்பிரபு காலத்தில் அந்தச் சமுதாய அமைப்ப நியாயப்படுத்துவதற்காக ஏற்படுத்தினது. தலை எழுத்து, விதி, சனி... அதுபோல ஜாதி எல்லாமே... முதலாளித்துவம் முதிர, முதிரப் போயிடும்.”

“எங்க சார் போவுது. இப்ப கம்ப்யூட்டர்ல இல்ல ஜோசியம் சொல்றான்?”

“எப்படி ஆண்டான் அடிமை காலத்தில் அதை நியாயப் படுத்தறதுக்காக சில செண்டிமென்ட்டான விஷயங்கள் ஏற்பட்டதோ, அதே மாதிரி நிலப்பிரபுத்துவ கூலி விவசாய காலத்திலும் சில தர்மங்கள், வள்ளல் தன்மை, குரு- சிஷ்யன் முறை இதெல்லாம் ஏற்பட்டது. இன்ன, இன்ன தொழில் செய்றவங்க, அதைத் தொடர்ந்து செய்யணும்னு கட்டாயப்படுத்திற ஜாதி முறையும் வந்தது...”

“சரி” என்றேன் அலுப்பாய்.

“உற்பத்தி உறவு முறை மாறினா அதற்கேத்த மாதிரி சித்தாந்தங்களும் மாறும்.”

“எப்படி?”

“ஆண்டான் அடிமை-ங்கறது ஆரம்பத்தில் இருந்த உற்பத்தி உறவு முறை. அதாவது அடிமைகளை வெச்சு வேலை வாங்கிற சிஸ்டம். அந்தக் காலத்தில் அடிமைகள் மிகவும் கண்ணியமாகவும், நேர்மையாகவும் வேலை செஞ்சாத்தான் சொர்க்கத்திற்குப் போக முடியும்னு சொல்றது அந்த உறவு முறைக்கான சித்தாந்தம், அப்புறம் நிலப்பிரபு, கூலி விவசாயி உற்பத்தி உறவு முறை அவனவன் விதிப்பிரகாரம் அவனவன் ஏழையாகவோ, பணக்காரனாகவோ பிறக்கிறான். விதிப்படி வாழ்ந்துட்டு போக வேண்டியது. இறைவனா இருந்தாலும் விதியை மாத்த முடியாது. இந்த சித்தாந்த அடிப்படையில் புராணங்கள், இதிகாசங்கள் எழுதப்பட்டது. இதற்கு அடுத்த உற்பத்தி உறவுமுறை தொழிலாளி, முதலாளிகளுக்கு சாதக மான அரசு சட்டம், தொழிலாளிகள் சுறுசுறுப்பா இருந்தால் தான் நாடு முன்னேறும்னு விளம்பரங்கள்... தொழிலாளி சுறுசுறுப்பா இரவும், பகலும் உழைச்சாலும் நாடு எப்படி முன்னேறும்?... முதலாளிதான் முன்னேறுவான்.”

நான் ஏதோ கேட்க இவர் ஏன் இவ்வளவு டீடெய்லாக சொல்கிறார் என்பது புரியவில்லை. ஏதோ ‘ஆன்’ செய்து விட்டதுபோல் சரமாரியாகச் சொல்லிக்கொண்டு போனார்.

அவ்வளவு ஈஸியாக, சாதி, சமய சம்பிதாயங்கள் போய் விடும் என்று தோன்றவில்லை. ஆயிரமாயிரம் வருஷமாக ரத்தத்தோடு ஊறியாகிவிட்டது. வகுப்பில் கூட உட்கார்ந்து படிப்பவனின் ஜாதி

தெரியாமல் ஒருவனும் பழகிக் கொண்டதில்லை. எவ்வளவோ நாள் பழகியான பின்னும் ஏதாவது ஒரு சந்தர்ப்பத்தில் அவனது ஜாதியைக் கேட்டுத் தெரிந்து கொள்ளாமல் இருக்க முடிந்ததில்லை.

“இந்தக் காலத்தில் எஸ்.சி- ங்கதாம்பா நல்லா அனுபவிக்கிறாங்க காலேஜ்ல சலுகை, வேலைல சலுகை...ச்சும்... நீ பி.ஸி-யா? எஸ். சி.யா.”

“பி.ஸி.தான்.”

“பேக் வார்ட் சொல்றானே தவிர என்ன செஞ்சான்? பிராமின்ஸ்... அப்புறம் எஸ்.சி. இவங்கதான் முன்னுக்கு வந்துக்குனு இருக்றாங்க.”

“இப்பதான் ராம்தாஸ் பிற்படுத்தனவங்களுக்கு வேலை வாய்ப்பு குடுக்கணும்னு கத்றார்...”

“நீ இன்னா வன்னியரா?”

“ஆமா... நீ?”

இப்படியாக ஆயிரம் அரட்டலும் கிண்டலுமாகத் திரிந்த போதிலும், நம் ஜாதி என்று தெரிந்துகொள்ளும் ஆவல் தீர்ந்த பாடில்லை. இவரோ சுலபமாக, ‘போய்விடும்’ என்கிறார். மலைபோல வந்த துன்பமெல்லாம், பனி போலப் போய் விடுமே, அப்படியா? லேசான பனி என்றால் போய்விடும். மலைபோல வந்த பனி? இதுவெல்லாம் விவாதிக்க வேண்டிய விஷயம் என்று முன்பே தெரிந்திருந்தால் பாலகிருஷ்ணன் சாரிடம் விளக்கமாகக் கேட்டிருக்கலாம்.

எனினும் விவாதம் முற்றுப் பெறவில்லை.

கடைசியில் இருவரும் ஒரே முடிவுக்கு வந்த விஷயம் உடனடியாய் டீ சாப்பிடுவது என்பதுதான்.

மிலிட்டரி ஓட்டலில் டீ சாப்பிடும்போது அவர் ஒரு விஷயம் சொன்னார்.

“டீ கொண்டாந்து வைக்கிற பையனை ரொம்பவும் அதட்டாதே.... அவனுங்களை விரோதம் பண்ணிக்காதே” என்றார்.

“ஏன்?”

“அவனால சுலபமா உன்னைப் பழிவாங்க முடியும்.”

“அப்படியா?”

“ஆமா.... ஒரு ஜோக் சொல்றேன். ஒரு டைலர்கடைக்கு ஒரு பையன் டெய்லி டீ கொண்டு போவானாம். அந்தப் பையனை அந்த டைலர் கடைல இருக்கிறவனெல்லாம் தமாஷா தலைல குட்டுவானுங்களாம். ஒரு நாள் டைலர் கடை முதலாளி,

இனிமே இவனைக் குட்டாதீங்க... இப்ப இவன் பெரிய பையனா ஆயிட்டான்... குட்றது நல்லதில்ல' ன்னிட்டார். மத்தவங்களும் 'சரிதான் இனிமே நாங்க குட்ட மாட்டம்னு' சொன்னாங்களாம் அதுக்கு அந்த டீக்கடைப் பையன் என்ன சொன்னான் தெரியுமா?"

"..............."

"இனிமே நீங்க குட்டறதில்லைன்ற முடிவுக்கு வந்ததால, நானும் நாளைல இருந்து நல்ல தண்ணில டீ போட்டுக் கொண்டு வரேன்று சொன்னானாம்."

சிரித்தோம்.

"அது சரி உங்களுக்கெப்படி தெரியும்? அவனுங்க இப்படிலாம் பழி வாங்கறது?"

"சின்ன போதுல டீக்கடைல வேலை செஞ்சிக்கிட்டு இருந்தேன்..."

"நீங்களா?"

"டீக்கடை, சைக்கிள் கடை ஆட்டோமொபைல்ஸ் எல்லாம் ஒரு ரவுண்டு செஞ்சாச்சு."

"இப்ப?"

வி.எம்.கே. பிரைவேட் லிமிட்டட்ல இருக்கேன்... ஹெவி வெகிகல் சேஸ் பம்பர் செய்யற கம்பெனி..."

படிப்பதற்கான சூழலே அற்ற ஒரு நிலையில் இருந்து இவர் அந்த அளவுக்கு விஷயம் தெரிந்து வைத்திருப்பது ஒரு பக்கம் ஆச்சரிய மாகத்தான் இருந்தது. மனிதர் சற்றே உணர்ச்சி வசப்பட்டுப் பேசுகி றாரே ஒழிய இவருக்குக் கோபம் வராதுபோலத் தோன்றியது. அப்பா என்னடா வென்றால் கம்யூனிஸ்ட்டுகள் கொலைகாரர்கள் என்று சொல்லியிருந்தார். தாத்தா கம்யூனிஸ்ட் என்பதை 'கம்ரிஸ்ட்' என்றுதான் உச்சரிப்பார்கள்.

அவரென்னை வீட்டிற்கு அழைத்துப் போய் கீழ் கண்ட புத்தகங்களைப் படிக்கக் கொடுத்தார்.

1. பொது உடைமைதான் என்ன?

2. 'வீரம் விளைந்தது' நாவலின் இரு பாகங்கள்.

3. மார்க்சியம் - சில அடிப்படைகள்

4. இயக்கவியல் பொருள்முதல் வாதமும், வரலாற்றுப் பொருள் முதல் வாதமும்.

5. நவசீனப் புரட்சி.

13

பரமசிவம் ஒரு நாள் வழியில் பார்த்து “சும்மாதானே இருக்கே?... வீட்டுக்கு வாயேம்பா ஒரு வேலை இருக்கு” என்று அழைத்துப்போனார்.

பிரமாதமான வேலை ஒன்றுமில்லை. போஸ்ட் கார்டில் ஒரு குறிப்பிட்ட விஷயத்தைப் பற்றி அம்பது பேருக்கும் கடிதம் எழுத வேண்டியிருந்தது.

‘... நமது குலசேகர ஆழ்வார் சன்னிதானத்தில் வரும் வைகுண்ட ஏகாதசித் திருநாளை முன்னிட்டுச் சிறப்பு தீப ஆராதனை நடை பெற உள்ளது. இனமக்கள் கலந்து கொண்டு சிறப்பிக்க வேண்டுமாய்க் கேட்டுக் கொள்கிறேன்.”

இதுதான் சங்கதி.

போஸ்ட்கார்டையும், பட்டையாய் எழுதும் ஒரு தடித்த மரப் பேனாவையும் கொடுத்து விட்டுப் பக்கத்தில் வந்து உட்கார்ந்தவர், “மறந்துட்டடன் பார்” என்று மறுபடி எழுந்து போனார்.

புனிதப் பணியில் இறங்கியவர் மாதிரி ஏன் இப்படி பவ்யமாய் நடந்துகொள்கிறார், என்று நினைத்துக் கொண்டேன்,

சாமிப் படங்களுக்குப் பக்கத்திலிருந்த சின்ன அலமாரியைத் திறந்து பொக்கிஷம் போல ஒரு புத்தகக் கட்டைத் தூக்கி வந்தார். அது சணல் நாரால் மூர்க்கமாகக் கட்டப்பட்டிருந்தது. அவிழ்த்து ஒவ்வொரு புத்தகமாய் எடுத்து வைத்தார்.

‘கல்கி புராணம்.

வன்னியகுல மித்திரன்- சிலை எழுபது

பாரதி பஞ்சாங்கம்

அட்டை போட்ட ஒரு நோட் புக்'

அந்த நோட்புக்கை வேகமாய்த் தொடையில் தட்டி, தூசி விலக்கினார்.

"இத பார்ப்பா... சிவப்பு இங்க்ல மார்க் பண்ணியிருக்கிறவங்களுக்கு மட்டும் கார்டு எழுதினா போதும்" என்று நீட்டினார்.

முகவரிகள் அடங்கிய நோட்புக்.

பக்கத்துக்கு மூன்று சிவப்பு மார்க் வீதம் பார்த்தாலும் ஐம்பது முகவரிகள் தேறும் என்று தெரிந்தது.

"கஷ்டம்னா வேணாம்" என்றார்.

"கஷ்டம் ஒண்ணுமில்ல..."

"உங்க வீட்டுக்கு வேணும்னாலும் எடுத்துக்குனு போய் எழுதிட்டு அப்புறம் கொண்டா."

"எவ்ளோ நேரம் ஆகப்போகுது? இங்கேயேதான் எழுதிட்டாப் போச்சு... ஆங்... 'இனமக்கள்'னு போட்டிருக்கீங்களே அது?"

"நம்ம வன்னியர் கோயில்பா அது... அந்த காலத்துல நம்ம வைத்திய நாயகரும், செல்லப்ப நாயகருமில்ல அந்தக் கோயிலக் கட்டினது?"

"....ம்...."

"அது ஒரு பெரிய கதை. கோயில்தான் கட்டினானுங்களே பாவிங்க. ஒழுங்கா இருந்தானுங்களா? கோயில்ல விசேஷம் நடந்தா முதல் மரியாதை எனக்குத்தான் சேரணும்னு சண்டை போட்டானுங்க. நாலு வருஷமா கேஸாடிக்கினு இருந்தானுங்க. கடைசியா வைத்திய நாயகர் பக்கம் ஜெயிச்சுது. ஒரு வழியா அந்தாளு நடத்திக்னு வந்தாரு, எதனா விசேஷம்னாப் போதும், ஊர்ல இருந்து மூட்டை, மூட்டைப் பச்சரிசி எடுத்தாந்து போட்ருவாரு மனுசன். அவரு கட்டையைப் போட்ற வரைக்கும் நடந்தது... அவ்ளதான். பசங்க சரி கொடையாது. அததும்பாட்டுக்குப் போயிட்டானுங்க. இதுக்காக நாலு வருஷம் கேஸ்- ஆடின விஷயம் அவனுங்களுக்கென்ன தெரியும்? அப்புறம் கேப்பார், மேய்ப்பார் இல்லாம இருந்தது. இப்ப நானும் சிலபேருமா சேந்து மறுபடி நடத்றோம். முன்னோருங்க எவ்ளோ பாடுபட்டுச் செய்து வந்தாங்க, அதெல்லாம் விட்டுட கூடாது நைனா. நீல்லாம் கூடத் துணிஞ்சி வந்து செய்யணும். உனக்கு ஆயிரம் வேலை இருக்கலாம். அத ஒரு பக்கமா வெச்சிட்டு, வருஷத்தில ஒரு நாள்... ஒரு நாள் இதுக்குப் பாடுபடக் கூடாதா?...ம்... எத்தனை சினிமாவுக்குப் போறோம்? டிராமாவுக்குப் போறோம்?"

குலசேகர ஆழ்வார் சன்னிதானத்திற்கு நான் பாடுபடுவதா?

“அது சரி”என்றேன்.

“இப்போ... செங்கல்வராயன் பாலிடெக்னிக் இருக்குதே... அது நம்மாள் கட்டினது தான்... நம்ம ஆளுங்க ஒழுங்கா நடத்தியிருந்தா அதை பச்சபாஸ் ட்ரஸ்ட்ல சேத்திருப்பாங்களா சொல்லு... நம்ம பசங்க படிக்கறதுக்கே வழி இல்லாமப் போச்சு...”

அனிச்சையாய், “நம்மாள்தா அது?” என்றேன்.

“பின்னே? செங்கல்வராய நாயக்கன் உயில் வன்னிய குல மித்ரன்ல போட்டாங்களே படிக்கல?”

“இல்ல...”

“படிக்கணும்... ஏதோ சினிமாகாரிங்க புஸ்தகமெல்லாம் படிக்கிறோம். வாழ்க்கைக்கு உதவுற புஸ்தகத்தைப் படிக்கறதில்ல.... கம்பர் நம்ம வன்னிய குலத்தைப் பத்தி எழுதினது படிச்சிருக்கியா?”

“கம்பரா?... கம்பராமாயணம் எழுதினாரே?”

“ஆமா... நம்ம வரலாறை நாமே படிக்கலைனா அப்புறம் எப்படி? ‘சிலை எழுபது’னு ஒரு புஸ்தகம். அதில் ஷத்திரியப் பெருமைப்படுத்தி. எழுதி வெச்சிருக்காரு.”

“ம்....!”

“நாம பெசாம விட்டுட்டா வேற ஒரு ஜாதிக்காரன் எங்களைப் பத்திதான் எழுதியிருக்காருன்னு சொல்லி புடுவான்.”

“அது சரி.”

“நாம கேர்லஸா இருக்கறதாலதான ராமர் பொறந்த இடத்தில பாபர் மஸூதி கட்றானுங்க...”

“எப்பவோ கட்டியாச்சு முடிஞ்சாச்சு... இப்ப எதுக்கு அந்த பிரச்னைய கிளப்றாங்க?”

“ஆரம்பத்ல அங்க ராமர் கோவில்தான் இருந்தது. அதையே இல்ல மசூதி ஆக்கிட்டாங்க. ராமர் கோவிலோட தூண்கள்தான் இப்ப அங்க மசூதியா மாறியிருக்குது... இப்ப எதுக்கு அந்த பிரச்னைய கிளப்றாங்கன்னு கேக்றியேப்பா... இப்பல்ல நானூறு வருஷமாவே ஜனங்க போராடிக்னுதான் இருக்றாங்க. இதெல்லாம் தும்ப விட்டுட்ட வாலைப் பிடிக்கற கதை.”

“அது சரி... யாராவது ஒருத்தர் விட்டுக் குடுத்தாத்தானே? அதுக்காகக் கலவரம் பண்றது நல்லாவா இருக்கு? ஏதோ ஒரு கடவுள். ஒவ்வொரு ஜாதிக்கும் ஒவ்வொரு கடவுளா இருக்க போறாரு?”

“நீ சொல்றது சரிதாம்பா. யாரோ ஒருத்தர் நடத்தினா சரி

அதுக்குன்னு தாஜ்மகாலை மாரியாத்தா கோவிலா மாத்தினா அவனுங்க சும்மா இருப்பாங்களா? ஜனங்க மனசு அவ்வளவு சுளுவா? எல்லாக் கடவுளும் ஒண்ணுதான்னு ஒத்துக்குமா?"

"....."

விவாதம் பண்ண விருப்பமில்லாமல் நான் அடிக்கடி 'அதுசரி' என்ற தலையாட்டி வந்தேன். அதையே என்னுடைய சரணாகதியாக ஏற்றுக்கொண்டு அவரது கருத்துக்களை என் தலைமேல் ஏற்றிக் கொண்டிருந்தார்.

தலைக்குள் பாலகிருஷ்ணன் சாரின் பெரியாரும், அசோகனின் மார்க்ஸும் அவர்களுக்குள் நடத்திக் கொண்டிருந்த சண்டையை சற்றே நிறுத்திவிட்டு பரமசிவத்தை நோக்க ஆரம்பித்திருந்தனர்.

மரபு ரீதியான சடங்குகள், சம்பிரதாயங்கள் ஜாதி போன்ற விஷயங்களும் பாசத்தோடு அணுகித்தான் சரிப்படுத்த வேண்டும் போல இருந்தது. பரமசிவம் நாட்டு நலனுக்காகவே பிறவி எடுத்தது போலவும், லட்சிய புருஷர் போலவும்தான் இவ்வளவும் பேசினார். மேற்கொண்டு பேசினால் அவர் நம்பிக்கொண்டிருக்கிற விஷயங்கள் பற்றி மேலும் விளக்கங்களைத் தருவார் போலத் தோன்றியது.

"இதோ இருக்குதே வடபழனிக்கோயில் அதை யார் கட்டினது தெரியுமா?" என்றார்.

"..........."

இவர் என்னை எழுதவும் விடமாட்டார் போலிருந்தது.

சிரித்தார். "நம்ம ஜாதிக்காரர்தான். அண்ணாசாமி நாயகர்னு பேரு. ஒரு நூறு வருஷத்துக்கு முன்னாடினு வெச்சுக்கயேன்... ஒரு நாள்...."

நான் இடை புகுந்து, "நா லட்டருங்களை எழுதிர்றேன்... அப்புறமா சொல்லுங்க" என்றேன்.

"இத அப்புறமா எழுதிக்கலாம்... அந்தக் கோயில் கட்டின கதையைச் சொல்லிட்றேன். காலப்போக்ல இந்தக் கதைலாம் ஜனங்களுக்குத் தெரியாமலேயே போயிடும் போல இருக்கு..."

"சரி சொல்லிடுங்க" என்று கதை கேட்கத் தயார் போலப் போஸ்ட் கார்டுகளைப் சற்றே நகர்த்தி வைத்துவிட்டுப் பேனாவையும் மூடிவிட்டுக் காத்திருந்தேன்.

"நம்ம அண்ணாசாமி நாயகரு கிருத்திகையோட கிருத்திகை திருப்போரூர் கோயிலுக்குப் போவார்... கால் நடையாவே..."

"எங்கிருந்து?"

"அதான் வடபழனிலே இருந்து... அப்போது இந்த இடத்துக்கு

வேற என்னவோ பேர்... ஒரு வாட்டி கட்டுச் சோத்தைக் கட்டிக்கினு ராவு நேரத்தில போகும்போது வழியில ஒரு திருடன் இவர்கிட்ட இருந்து எல்லாத்தையும் புடுங்கினு போயிட்டான். அப்புறம் அவர் திரும்பி வீட்டுக்கே போயிருக்கார். 'என்னடாது இப்பிடியாயிடுச்சே... கோவிலுக்குப் போக முடியாமப் போச்சேன்னு கவலையா படுத்துத் தூங்கிட்டாரு..."

"அண்ணாசாமி நாயக்கர்...?"

"நாயக்கர் இல்லப்பா... நாயகர். நாயக்கர்னா திருமலை நாயக்கர், எட்டப்ப நாயக்கர்னு சொல்றாங்களே.... அவங்க தெலுங்கு பேசறவங்க. நாம நாயகர்... ம்... தூங்கினு இருக்கும்போது கனவுல முருகர் காட்சி தந்திருக்கிறார். 'அண்ணாசாமி... நீ இனிமே திருப்போரூருக்கு வர வேண்டியதில்லே. உன் வீட்லயே எம்படத்தை வாங்கி வெச்சிக் கும்பிட்டாப் போதும்னு சொல்லிட்டு மறைஞ்சிட்டார். அவ்வளவுதான். மனுசன் மறுபடி, அந்த ராத்திரியிலே திருப்போரூருக்குக் கிளம்பிட்டாரு. போயி... ஒரு முருகர் படத்தைத் வாங்கியாந்து, பூஜையறைல மாட்டிட்டாரு... அண்ணாசாமி நாயகருக்குக் குறி சொல்ற பழக்கம் உண்டு. சுத்துப்பட்ல இருக்கிற ஜனங்கள்லாம் இவர்கிட்ட குறிகேக்க வருவாங்க. இவர் சொன்னா அப்படியே பலிக்கும். இவர் பேர் நல்லாப் பரவ ஆரம்பிச்சது. கோவிலுக்குப் போறாப்ல, ஜனங்க வர ஆரம்பிச்சது... வாய் வாக்கு அப்படியே பலிச்சா ஜனங்க வராதா பின்னே?" என்றார் புளங்காகித தொனியில்.

நானும் ஆமோதித்தேன்.

"இவர் பேர் நல்லாப் பரவ ஆரம்பிச்சது. சாமியாடும் போது இவர் வீட்டுத் திண்ணைல ஒரு மூட்டை விபூதியக் கொட்டி, அதுல... ஒரு கோயில் கட்றதுக்கு பிளான் வரைஞ்சி வெச்சாராம்."

"விபூதில பிளான் வரைஞ்சாரா?"

"ஆமா... நீ கூட பிளான்லா வரைவ இல்ல...? ஒரு பிளான் வரையறதுக்கு எவ்ளோ கேப்பே?"

"அது வொர்க்கைப் பொறுத்தது..."

"ஹாங்...! நம்ம சினேகதர் ஒருத்தர் வீடுகட்டணும்னு சொல்லிக்னு இருந்தாரு... கேட்டுச் சொல்றேன். விபூதியக் கொட்டிட்டு விரலால வரைஞ்சிருக்காரு... இந்த இடத்தில கோபுரம் கட்டணும் இந்த இடத்துல குளம் கட்டணும்னு சொல்லுவாராம். அவர் சொன்ன மாதிரியே பலிச்சது. இப்போ வடபழனி கோவில் மூலஸ்தானம் இருக்குதே... அதுதான் அண்ணாசாமி நாயகர் வீட்டு பூஜை அறை..."

"நிஜமாவா?"

என்னால் ஜீரணிக்க முடியவில்லை. லேசாகச் சிரிப்பு கூட வந்தது. இதற்கு ஏதாவது ஆதாரம் இருக்கிறதா என்று கேட்க நினைத்தேன். முடியவில்லை. இவ்வளவு அழகாக நினைவில் இருக்கும் நிகழ்ச்சியைக் குலைக்க விரும்பவில்லை. அவரது நினைவுகளில் இப்படியான நம்பிக்கைகள் அப்படியே இருப்பதால் யாருக்கும் எவ்விதக் கேடுமில்லை என்று நினைத்துக் கொண்டேன்.

அது உண்மையான நிகழ்ச்சியாக இருந்தாலும், அதன் காரணமாக நான் மகிழ்ச்சி அடைவதற்கு ஏதும் இருக்கவில்லை என்பதால் நான் சுவாரஸ்யம் போல் கேட்டு "நிஜமாவா?" என்று அதிர்ச்சி அடைந்தது போலவும் காட்டிக் கொண்டது.

"அவர் இப்படிலாம் பிளான் போடும்போதே நடக்குமா இதெல்லாம்னு ஜனங்க பேசிப்பாங்களாம். 'இவர் குளம் கட்டணும்னு சொல்ற இடத்தில நாட்டான் கட்டைத் தொட்டில்ல வெச்சிருக்கான்?... நாட்டாரு சும்மா விட்டுருவாரா?'ன்னு வாங்களாம், ஆனா அப்படியே பலிச்சுப் போச்சுப்பாரு."

"ஆ... ங்!"

"சரி நீ எழுதுப்பா" என்று அனுமதித்தார்.

நான் யந்திரகதியில் அவரது கடிதங்களை எழுத ஆரம்பித்தேன்.

நீலா அம்மா கடுங்காப்பி ஒன்றைக் கொண்டு வந்து கொடுத்தார். பரமசிவம் சன்னல் பக்கம் உட்கார்ந்து கல்கி புராணம் படித்துக் கொண்டிருந்தார்.

ஒரு கட்டத்தில் நீலா வேலையிலிருந்து வந்து என்னைப் பார்த்து வியந்து, "எப்ப வந்தீங்க?" என்றாள்.

"மத்யானம் வந்தேன்... வைகுண்ட ஏகாதசிக்கு வரச் சொல்லி லட்டர் எழுதிக்குனு இருக்கேன்."

"ச்சும்... ஏம்பா நா எழுதமாட்டனா?"

பரமசிவம், "பரீட்சைக்கு இருக்குதுனு சொன்னியேமா" என்றார்.

நீலா புன்முறுவலாய்ச் சமையல் கட்டில் மறைந்தாள்.

பரமசிவத்திடம் சுமதிபற்றி விசாரிக்கலாமா என்று நினைத்தேன். கையில் கல்கி புராணம் வைத்திருப்பதைப் பார்த்த உடன் அவ்வாசையைத் தவிர்த்தேன்.

பரமசிவம் திடீரென்று வேறு ஒரு ஆளாய் மாறி, "சரிப்பா மீதிய அப்புறமா யார் கிட்டயாவது எழுதிக்கிறேன். உனுக்கு ஆயிரம் வேலைங்க இருக்கும்" என்று என் கஷ்டத்தை உணர்ந்தார்.

"பரவால்லங்க. இன்னும் ஒரு பத்துத்தான்."

“பத்துதானே? நீலாவதியோ கூட எழுதிடுவா.”

“அப்பசரி... நா வரேன்.”

விடைபெற்று வாசலுக்கு வந்தபோது நீலா சற்றே அவசரமாய் வெளியே வந்து, “நாளைக்கு ஃப்ரியா இருப்பீங்களா?” என்றாள் மெதுவாய்.

“என்ன விஷயம்?”

“ஒரு ஹெல்ப் பண்ணனும்.”

“சொல்லு” என்றேன்.

“நாளைக்கு ஒரு பத்துமணிக்கு மெட்ராஸ் யூனிவர்சிடி கரஸ்பான்டன்ஸ் கோர்ஸ் பில்டிங்குக்கு வாங்க, அங்க சொல்றேன்...”

யுனிவர்சிடி வரைக்கும் வருவதே பெரிய வேலை. அங்கே போனதும்தான் எனக்கு என்ன வேலை என்பதையே சொல்லப் போகிறாளாம்.

“சரி” என்றேன்.

14

ஒவ்வொருத்தரும் "சும்மாதானே இருக்கே?" என்று கேட்டுவிட்டு, ஏதாவது ஒரு வேலை வைத்துச் சும்மா இருக்க விடாமல் செய்தனர். சும்மா இருப்பது பெரும் சுமையாக இருந்தது. ரேஷன் கடை விவகாரங்கள் வந்து விட்டால் ஒரு நாள் சுளையாக அதற்கே போய்விடும். வீட்டில் பரவலாக வேலை வைத்தனர். தம்பியால் செய்ய முடிகிற வேலைகளெல்லாம் கூட என்மீது சுமத்தப்பட்டது. 'துன்னுட்டு சும்மாதானே இருக்றே?' என்றார்கள். சுலபமாய் என் வீட்டுக்கும், அக்கம்பக்கத்தினருக்கும் எனது நேரங்களைச் செலவிட்டது போக, மீதமிருந்த சொற்ப நேரத்தில் என்னுடைய மதிப்பிற்குரிய எதிர்காலம் கருதி, சிறை வைக்கப்பட்டிருக்கும் எனது டிப்ளமாவை மீட்கப் போராட வேண்டியிருந்தது.

பரமசிவம் அவர்களின் வீட்டிலிருந்து வந்ததும், மணிவண்ணன், அவனது நான்கடிக்கு, நான்கடி பாத்ரூமைப் பார்வையிடுமாறு என்னை அழைத்துப் போனான்.

"என்னப்பா இது பொண்ணு பாக்றாப்போல?" என்றேன்.

"ஒரு இன்ஜினியர் பாத்து நல்லாருக்குன்னு சொன்னா ஒரு நம்பிக்கைதானே?"

அதில் கவனிக்க வேண்டியது ஏதோ இருப்பது போலக் கூர்ந்து பார்த்தேன். ஏன் நம்ம ஊரில் பாத்ரூம் என்றால் அதனை மேற்பக்கம் மூடுவதை விரும்புவதில்லை என்று நினைத்தேன். பாத்ரூம் சுவர்களோ மனிதர்களின் சராசரி உயரத்துக்குச் சற்றுக் குறைவாகவே இருக்கிறது. ஆடவர்கள் என்றால் உள் ஆடை கட்டிக்கொண்டே கூட நடுரோட்டில் நின்று குளிக்கிறார்கள். அது என்னவோ மானம் வெளியேறுகிற வழியை தடுத்து நிறுத்துகிற

ஆபரணம் போல.

பெண்கள் இந்தக் குளியலறையில் படுகின்ற அவஸ்தை கொடியது. யாராவது பார்த்து விடுவார்களோ என்ற பயத்திலேயே குளித்தெழுகிறார்கள். அப்படியும் ஒவ்வொரு குளியலறையும் யாராலாவது பார்க்கப்படுகிறது. பின் ஏன் பாத்ரூம் கட்டுகிறவனுக்கு இதெல்லாம் தெரியமாட்டேன் என்கிறது? இவர்களென்னவோ எட்டாத உயரத்தில் பதினைந்தாவது மாடியில்- சென்னையைப் பொறுத்தவரை சொல்கிறேன்- பாத்ரூம் கட்டுவது போல் மூட மறுக்கிறார்கள்.

குளிக்கப்போகும் பெண்கள் பாத்ரூமுக்குள் நுழையும் முன் திருதிருவென்று சுற்றும் முற்றும் பார்த்துவிட்டு, என்னவோ தவறு செய்யப் போகிறவர்கள் மாதிரி உள்ளே நுழைகிறார்கள். அப்படியும் பெண் குளியலைப் பற்றி எத்தனைக் கதைகள் வெளிவந்துவிட்டன?

“மேல மூடப் போறதில்லையா?”

“போடலாம்னுதான்... இதுக்குள்ளேயே ‘பாய்லர்’ வெச்சி தண்ணி, கிண்ணி காய்ச்சறாங்க... புகை போறதுக்கு வழி வேணுமே?”

சொன்னாற்போல ஒரு மூலையில் பாய்லர் ஒன்று இருந்தது.

முதன் முதலில் ஆயா வீட்டுக்கு பாய்லர் வாங்கி வந்து வைத்த போது ஆயா ஒரு கத்து கத்தினாளே?... இன்னமும் சிரிப்பு வருகிறது.

அவள் நேராக வந்து, கரி போடுகிற அந்தக் குழாயைத்தான் பார்த்தாள்.

“அடப்பாவிங்களே...! இவ்ளோ பெரிய ஓட்டை இருக்குது யாரும் பாக்கலையாடா பாவிங்களா?” என்றாள். ஒரு நிமிஷம் எல்லோரும் ஏதோ ஓட்டைதான் இருக்கிறதென்று பயந்துபோனோம்.

மாமன், “அந்தக் கடைல எல்லா பைலரும் ஓட்டையாத்தான் இருந்தது. இதுதான் கொஞ்சம் சுமாரா இருந்தது” என்று எல்லோரையும் சிரிக்க வைத்தார்.

“இல்லாட்டி... ஒரு ஸ்லாப் அறுத்து பாதி வரைக்குமாவது மூடிடலாமா?”என்றான் மணிவண்ணன்.

‘இந்த மாதிரி ஒரு யோசனை கூறுவதற்கு ஒரு கட்டிடப் பொறியாளன் தேவைதானா?’

“ஆங்... அது நல்ல ஐடியா” என்றேன்.

“பண்ணிட்டாப் பேச்சு... நாளைக்கு ஒரு படம் போகலாம் வரயா?” என்றான்.

“நாளைக்கா என்ன படம்?...” என்று கேட்டபோது நீலா வரச்

சொன்னது நல்ல வேளையாக ஞாபகம் வரவே, "நாளைக்கு வேணாம்பா வேலையிருக்கு" என்றேன்.

"எப்போ உனக்கு டயம் இருக்கோ சொல்லு. எனக்கு முந்தா நாள்தான் பென்ஷன் வந்தது. அதான் கூப்ட்டேன்" என்றான்.

அஞ்சல் வழிக் கல்வி நிலையம், தொழில்நுட்பக் கல்வி நிலையத்திற்கு அண்ணனாக இருந்தது. வரவேற்புப் பகுதியில் மாபெரும் கூட்டமிருந்தது. எத்தனை பேருக்கு மார்க்லிஸ்ட் வரவில்லையோ பாவம். நீலாவைக் காணவில்லை. குழுமியிருந்த கூட்டத்தில் நிறையப் பேர் பி.ஏ. வைப் படித்தார்கள். அறிவு விருத்தி செய்வதற்காகவா, வேலை கிடைக்குமென்றா என்று தெரியவில்லை.

ஒருவன், "ரிசல்ட் வந்துடுச்சா உங்களுக்கு?" என்றான்.

கிடக்கிற வெறுப்பில், "இன்னும் வரலை" என்றேன்.

"எதுக்கு சார் இவ்ளோ டிலே?" என்றான்.

"மார்க் லிஸ்டை எல்லாம் பழைய பேப்பர் கடைல போட்டுட்டு பணம் பண்றாங்கனுங்களோ என்னவோ?"

"அட நீங்க வேற" என்று போய்விட்டான்.

நீலா பத்தரைக்கு வந்து, "ஸாரி" என்றாள்.

"உனக்கும் ரிசல்ட் வரலையா?" என்றேன்.

"தியரி பேப்பர்லாம் முடிஞ்சுது. பிராக்டிகல் முடிஞ்சதும் தான் ரிசல்ட் வரும்."

"சைக்காலஜில கூட பிராக்டிக்கல்லாம் இருக்கா?"

"எனக்கும் அதான் புரியலை. அதை விசாரிக்கத்தான் வந்தேன். இன்னமும் நோட்ஸூம் வரலை. எக்ஸாம் எப்படி எழுதறதுன்னு புரியலை...."

"என்ன எழவு படிப்பு...? எதுக்காக இதையெல்லாம் நடத்றானுங்க?"

"............."

"முன்ன ஒரு முறை டைப் அடிச்சீங்களே அது கடவுள் புண்ணியத்தில பாஸா?"என்றேன்.

கோபிக்காமல் சிரித்தது எனக்கு சமூக மாற்றம் வந்த மாதிரியிருந்தது. "பிளீஸ்... ஒரு நிமிஷம். நா மேல போய் எங்க டிபார்மண்ட்ல விசாரிச்சிட்டு வந்திர்றேன்."

பத்து நிமிஷத்தில் இறங்கி வந்தாள்.

"என்னவாம்?"

“வர்ற மண்டே பிராக்டிகல் கிளாஸ் நடத்றாங்களாம். அடுத்த மண்டே எக்ஸாம்...”

“அதைக் கேக்கலை... எதுக்காக இந்த மாதிரிலாம் கிளாஸ் நடத்றாங்கன்னு விசாரிச்சியா?”

“ஏதோ ஒண்ணு. பாஸ் மார்க் போட்டு விட்டுர்றாங்க... போலாமா?”

“போலாமாவா? என்னை எதுக்கு வரச் சொன்னே?”

“சொல்றேன்”என்றாள் சுவாரஸ்யமின்றி.

பல்கலைக் கழகத்தைச் சுற்றியிருந்த ஏராளமான படிக் கட்டுகளில் ஒன்றில் அமர்ந்தோம். சிகரட் பிடிக்கும் ஆசையைத் தவிர்த்தேன். அவளாகப் பேச்செடுப்பதாகத் தெரியவில்லை.

நான் ஆரம்பித்தேன்.

“செல்ஃப் பைனான்ஸ் காலேஜ்களை ஆரம்பிச்சு... இன்ஜினியரிங் படிப்பை எப்படிக் கெடுத்தாங்களோ அப்படியே கரஸ் பான்டன்ஸுன்னு ஆரம்பிச்சு காலேஜ் படிப்பையும் கெடுக்றாங்க...”

“..................”

“நாட்ல படிச்சவங்க பெருகிறத வேணாண்ல... புடிச்சவங்க மாதிரி தோற்றமளிக்கிறவங்க பெருகிட்றாங்க பாருங்க.”

“..................”

“இப்படிப் பேசாம இருந்தா எப்படி?.... டீ. சாப்பிடலாமா?” என்று கேட்டேன் ஏதோ தைரியத்தில்.

“வேணாம்.”

“எதுவும் சொல்லாம இருந்தா?”

“ஒண்ணுல்ல... ஏதோ அவசரத்தில் உங்களை வரச் சொல் லிட்டதா தோணுது. உங்க டைமை வேஸ்ட் பண்ணிட்டேன். இன்னைக்கு லீவ் போட்டுட்டீங்களா?”

“நா வேலைய விட்டு நின்னு மாசக்கணக்காகுது.”

“அப்படியா, ஏன்?”

எனக்கேதான் சரியாகத் தெரியவில்லையே! லாரிக் காரனைத் தேடிப் போகாமல் இவளுடன் சேர்ந்து சுமதியைத் தேடியதைச் சொல்ல விரும்பவில்லை.

“எத்தனையோ எடத்தில வேலை செஞ்சாச்சு... நின்னாச்சு. எட்டு மணி நேர வேலைனுதான் பேரு. கனவில கூட ஐயர்தான் வர்றாரு.”

"யாரது ஐயர்?"

"என்னுடைய ஓனர்."

"இப்ப சும்மாதான் இருக்கீங்களா?"

"சும்மா இருக்கறவனை மாதிரியான பிஸியானவன் இந்த உலகத்தில் யாரும் கிடையாது."

நான் ஏதோ தமாஷ் பண்ணிவிட்டதுபோல் சிரித்தாள்,

"எங்கப்பா லட்டர் எழுதச் சொன்னாரே அதைச் சொல்றீங்களா?"

"அப்படி ஒண்ணும் கஷ்டமான வேலை வெக்கல."

"கடவுள் இல்லன்றீங்க. வைகுண்ட ஏகாதசிக்கு வரச் சொல்லி அறுபது பேருக்கு எழுதணும்னா சைக்காலஜிகலா பெரிய வேலைய முடிச்சாப்லதான் இருக்கும்."

"அவரைப் பொறுத்தவரைக்கும் சொசைட்டிக்காக ஏதோ செய்றோம்ங்கிற நெனைப்புலதான் இவ்வளவும் செய்றாரு. அவருக்குனு ஒரு லட்சியம் இருக்குது. அது தப்போ ரைட்டோ, முழு ஈடுபாடோட செய்றாரு."

"ச்சும்"என்று சலித்தாள்.

"சுமதியைப் பத்தி ஏதாவது தெரிஞ்சுதா?" என்றேன்.

"ம்..." என்று குனிந்த தலை நிமிராமல் அவள் சொன்னபோது, ஏதோ தகவல் விபரீதமாகக் கிடைத்திருக்கிறது என்று தெரிந்தது.

"எங்க இருக்காம்..."

"அமிஞ்சிக்கரை பக்கத்தில"

"நீ போய் பாத்தியா?"

"இல்ல... அவ ஃப்ரண்ட் வீட்டுக்கு லட்டர் போட்டு எனக்குத் தகவல் சொல்லச் சொல்லியிருக்கா."

".... ம்..."

"மறுபடியும் வீட்டுக்கு வந்திர்றேன். என்னை மன்னிச்சிடுங்கன்னு எழுதியிருக்காளாம்."

நீலா க்ஷணத்தில் கண் கலங்கி வேகமாய் அழத் துவங்கினாள். "எனக்கு ஆறுதலெல்லாம் சொல்லிப் பழக்கமில்லை. எனக்கே யாராவது ஆறுதல் சொல்ல முற்படும் போது, 'என்னமா நடிக்கிறாள்' என்று நினைத்துக் கொள்வேன். 'வேண்டாம்... அழாதே' என்றவாறு ஏதோ சொன்னேன்.

"என்னவாம் கூட்டிட்டுப் போனவன் ஒழுங்கா வெச்சிருக்கானாமா?"

“அதான் தெரியல.”

“போய்ப் பாக்க வேண்டியத்தானே?”

“அவளைப் போய்ப் பாக்கறதுக்குச் சங்கடமா இருக்கு. அதுவுமில்லாம அப்பாவுக்குத் தெரிஞ்சா?....”

“உங்கப்பா கிட்டேயே சொல்லிப் பாக்கறதானே?”

“ஐய்யய்யோ... அப்படி ஒரு பொண்ணு எனக்குப் பொறக்கவே இல்லைனு தலை முழுகிட்டாரு.”

“அட்ரஸ் குடு... நா வேணாப் போய்ப் பார்த்துட்டு வந்து நிலைமை எப்படி இருக்குனு சொல்றேன்.”

இப்படி நான் சொன்னதும், சட்டெனத் திரும்பி அவள், என்னைப் ஒரு பார்வை பார்த்தாள். ஏகப்பட்ட பரிதாபமும், ஆச்சரியமும் கலந்த பார்வை அது.

“நிஜமாவா?” என்றாள்.

“அதில என்ன இருக்கு, சும்மாதானே இருக்கேன்?” என்றேன் கிண்டலாய்.

கைக்குட்டையால் மூக்கையும், கண்ணையும் அவள் துடைத்தபோது, அவை பழம்போலச் சிவந்து விட்டன. ஹாண்ட் பேகிலிருந்து, முகவரியை எடுத்து எழுதிக் கொடுத்தாள் ‘இன்டியன் எக்ஸ்பிரஸில்’ நேரில் வரச் சொல்லி ஒரு ‘கன்ஸ்டரக்ஸன்’காரன் விளம்பரம் கொடுத்திருந்தான். அதுவும் அமைந்தகரைப் பக்கம் என்று ஞாபகம் வந்தது. கையோடு கையாய் இரண்டையும் முடிக்கலாம் என்று நினைத்துக் கொண்டேன். அப்ளிகேஷனை டைப் பண்ணவும் எக்ஸ்பீரியன்ஸ் சர்டிபிகேட்களை ஜிராக்ஸ் எடுக்கவும் மூன்று ரூபாய் இல்லாமல் முடிவதில்லை.

வைரமுத்து கவிதை ஒன்று, ‘அம்மா செய்கிற ஆழாக்குக் கஞ்சியும் அப்ளிகேஷன் ஒட்டுவதற்கு கூடப் போதவில்லை’ என்று. கொடுமை!

இப்படியான ஒரு சிந்தனையில் நான் சைக்கிளை தள்ளிக் கொண்டு நடக்க ஆரம்பித்தேன். நீலாவும் கூடவே நடந்து வந்தாள். பஸ்ஸில் போகும்படிச் சொன்னபோது, கலைவாணர் அரங்கம் வரை நடந்து வருகிறேன் என்றாள்.

யாராவது ஆரம்பித்து வைத்தால்தான் மறுபடி பேச முடியும் என்பது போல் இருவரும் நடந்தோம். எனக்கென்ன சோகமா? அல்லது மந்தமா? என்று தெரியவில்லை. பேசாமல் வந்து கொண்டிருக்கிறோம் என்று உணர ஆரம்பித்து விட்டதாலேயே ஏதாவது பேசியாக வேண்டும் போல இருந்தது.

“சைக்காலஜி. இன்ட்ரஸ்ட்டிங் சப்ஜக்ட் இல்ல?” என்றேன்.

"எக்ஸாமுக்குப் பத்து நாளைக்கு முன்னாடிதான் நோட்ஸ் வருது. ஏதோ படிக்றேன்.... பாஸ்மார்க் போட்டு விட்டிர்றாங்க"என்று கொஞ்ச நேரத்திற்கு முன்னால் சொன்ன பதிலையே திரும்பச் சொன்னாள்.

"எனக்குத் தெரிஞ்சவன் ஒருத்தன் சைக்காலஜி படிக்கறான். வேணும்னா அவன்கிட்ட நோட்ஸ் கேட்டுப் பாக்றேன்."

சுகுமாரைப் பார்த்தும் ரொம்ப நாளாகிவிட்டது.

"அதெல்லாம் ஒண்ணும் வேணாங்க... டீ சாப்பல்லாம்னு சொன்னீங்களே?" என்றாள் எதிர்பார்க்காவிதமாய்.

எனக்கும் டீயின் அவசியம் ஏற்பட்டு இருந்தது. உட்கார்ந்து டீ குடிக்கும்படியான ஒரு ஸ்நாக் பாரை அணுகினேன்.

"எங்கப்பா என்னைப் படிப்ப நிறுத்தச் சொல்லிட்டார்."

"கரஸ்பாண்டன்ஸ்னாவே ஏகப்பட்ட செலவு."

"அதில்ல... சுமதி மாதிரி நானும் ஓடிடுவேன்னு பயப்பட்றார்."

"வேலைக்குப் போறது மட்டும் பரவாயில்லையாமா?"

"வேலைக்குப் போகவேணாம்னு ஸ்ட்ராங்கா சொல்ல முடியல... ஏன்னா பேங்க்ல இருந்து வர்ற இன்ட்ரஸ்ட் நானூர் ரூபாதான். மாசத்துக்கு அது போதாதுன்னு அவருக்குத் தெரியும்."

"மில்லு வேலையை எழுதிக்குடுத்திட்டாரே அப்ப குடுத்தப் பணம் இன்னமும் இருக்கா?"

"பிக்ஸட் டெபாசிட்ல போட்டுட்டார்... எங்க கல்யாணச் செலவுக்கு... உங்கப்பா என்ன பண்ணார்?"

"பணத்தைக் கையில வாங்கினாரோ இல்லையோ... மச்சின்சிக்கு கல்யாணம் பண்றேன். நாத்னாருக்கு காதுக்குத்தறேன்னு ஒரு ஆட்டம் ஆடினார்... அவ்ளதான் காலி."

"ச்சும்... நா சம்பாதிக்கிற பணம் பெரும்பாலும் எனக்கே சரியா போகுது. நா படிப்பை நிறுத்தினாலாவது கொஞ்சம் பணம் மிஞ்சும்... பிஸ்கட் எடுத்துக்கங்க... அவர் சொல்றதும் நியாயன்னுதான் படுது ஒரு வகைல."

"ரெண்டாவது வருஷம் படிக்கறீங்க. இன்னும் ஒரு வருஷம் படிச்சிட்டா டிகிரினாவது சொல்லிக்கலாம்... உங்க அப்பாகிட்ட நேராகவே சொல்லிடுங்களேன்... 'நா காதல் கீதல்லாம் பண்ணமாட்டேன்'னு"

"எப்படீங்க அந்த மாதிரிச் சொல்றது?"

" நா எங்க வீட்ல ஸ்ட்ரெய்ட்டா சொல்லிட்டேன். நா கல்யாணம்

பண்ணிப்பேன்'னு நினைச்சுக்குனு பொண்ணு பாக்ற வேலைலா வேணாம். உங்களுக்குப் பொழுது போகலைனா தம்பிங்க இருக்றாங்க அவங்களுக்குக் கல்யாணம் பண்ணுங்கன்னேன்."

"நீங்க கல்யாணமே பண்ணிக்கப் போறதில்லையா?"

"என்னமோ அப்படித்தான் தோணுது."

"என்னை நம்பி ஒரு பொண்டாட்டியும், குழந்தையும்லாம் என்னால கற்பனை கூடப் பண்ணிப்பார்க்க முடியல..."

கொஞ்ச நேரம் ஏதோ யோசனை செய்தாள்.

"பின்னாடி வசதியான ஒரு வாழ்க்கை ஏற்பட்டுதுன்னு வெச்சுக்கங்க....அப்ப?"

"கல்யாணம் பண்ணிக்கறதால ஏதாவது பலன் இருக்கா... குறைந்த பட்சம் மகிழ்ச்சி? நாம நம்முடைய அம்மாவையும், அப்பாவையுமே உதாரணமா எடுத்துப்போம்.. நம்மையெல்லாம் பெத்துட்ட காரணத்துக்காகவே ராவும் பகலும் மில்லுக்கு ஓடினாங்க. அப்புறம் நாம யார் கூடயாவது திருட்டுத்தனமா ஓடிடுவோம்னு மடியில நெருப்புக் கட்டிக்குனு பயப்பட்றாங்க. நடுவிலே கொஞ்சம் சந்தோஷம் இருந்திருக்கலாம். அது நெக்லிஜிபிள்..."

சர்வர் பில்'லைக் கொடுத்தபோது, நான் அதை வாங்கி விடுவேனோ என்ற பயத்தில் அதை எட்டி வாங்கிக் கொண்டாள். சர்வர் யந்தரம் போலக் கொடுத்துவிட்டு, "ரெண்டு சாய்ல ஒந்து லைட்டு" என்று கத்திக்கொண்டு டீ மாஸ்டரை நோக்கிப் போனார்.

"இப்ப சொல்றீங்க... பின்னாடி என்ன முடிவு பண்றீங்களோ பாக்கலாம்"என்றாள்.

"என்னத்த பாக்கப் போறே"

காசு கொடுத்துவிட்டு வெளியே வந்தபோது, "சிசர் வாங்கலையா?" என்றாள்.

"ப்பா... ரொம்ப தேங்க்ஸ். சிகரட் என்னவோ பாக்கட்ல இருக்கு, நீ ஏதாவது கத்துவியோன்னுதான் பிடிக்காம இருந்தேன்."

அவசரமாய் எடுத்துக் கொளுத்திக் கொண்டேன். அநியாயத்துக்கு மாறிப் போயிருந்தாள். காலம்... மனிதர்களை எப்படித்தான் மாற்றும் என்று புரியவில்லை. உயரமானவர்களைக் குள்ளமாகக் கூட மாற்றிவிடும் போலிருந்தது.

"சுமதிய எப்பப் பாப்பீங்க?"

"பாத்துட்டு வர்றேன்."

"வீட்டுக்கு வேணாம்."

"வேற?"

'வர்ற மண்டே, அதுக்கு அடுத்த மண்டே யூனிவர்சிடிக்கு வருவேன்."

"வர்ற மண்டே வேணாம், அதுக்கு அடுத்த மண்டே பார்ப்போம்."

"ஆஃப் டே லீவ் சொல்லியிருந்தேன். டயமாயிடுச்சி.... பஸ் வந்தா நா போறேன்... நீங்க கிளம்புங்க."

"சரி" என்று சைக்கிளை நெட்டியபோது, ஒரு ஐந்து ரூபாய்த் தாளை பாக்கெட்டில் சொருகி, "ப்ளீஸ் வெச்சுக்கங்க" என்றாள்.

15

‘நாலும் தெரிந்தவர்’- கேள்விப்பட்டிருக்கிறீர்களா? எல்லாம் தெரிந்தவர் என்றும் கூட வைத்துக்கொள்ளலாம். எல்லோர் குடும்பத்திலும் ஒரு நல்லது கெட்டதுக்கு, விஷயம் பகிர்ந்து கொள்ள, கருத்து கேட்க ஒருத்தர் இருப்பாரே அவர்தான்.

எங்கள் குடும்பத்தின் ‘நாலும் தெரிந்தவர்’ தான் சொல்வார்.

‘எந்த இடத்துக்குச் செல்ல வேண்டுமானாலும் கூடவே அங்கு முடிக்க வேண்டிய வேறு வேலை ஏதேனும் இருக்கிறதா என்று யோசிக்க வேண்டும். நிச்சயம் ஏதேனும் ஒரு வேலையிருக்கும். நெடுநாளாய்ப் பார்க்காத நண்பன்... உறவினர் அல்லது அங்கு மட்டுமே கிடைக்கிற பொருள், பார்க்க வேண்டிய இடம்... இப்படி ஏதேனும் இருக்கும். இப்படி இரு வேலைகள் ஏற்படுத்திக் கொள்வதில் இருவிதமான நன்மைகள் இருப்பதாகவும் சொல்வார். ஒன்று பொருளாதார ரீதியான லாபம். மற்றது ஒரு வேலை முடியாமற் போனாலும் இன்னொரு வேலையாவது முடிந்த உளரீதியான லாபம்.

அமைந்தகரைக்கு வேலை விஷயமாகவும், சுமதி விஷயமாகவும் போனபோது அவர் சொன்னது உண்மைதானா? பிதற்றலா? என்று சிந்தித்தேன்.

நான் ஏற்றுக்கொள்கிறேனோ இல்லையோ எங்கள் குடும்பத்தில் பலரும் அவரின் கூற்றுகளை சிரமேற்கொண்டு செயல்படுவதைப் பார்த்திருக்கிறேன்.

உங்கள் வீடுகளிலும் இப்படியான நாலும் தெரிந்தவர் உங்களுக்குத் தெரிந்தோ, தெரியாமலோ இருப்பார்கள்.

நிலத்தை விற்க வாங்க முற்படும் போதோ, உங்கள் பெண்ணை

மேற்கொண்டு என்ன படிக்க வைக்கலாம் என்று அறிவதற்கோ, பையனுக்கு ஏற்றப் பெண் எடுக்க வேண்டும் என்ற விஷயத்திலோ வேலைக்கு சிபாரிசு கேட்கவோ, இ.பி.யில் இருந்து திடீரென்று ஆயிரம் ரூபாய் கட்டச்சொல்லி நோட்டீஸ் வந்ததாலோ நீங்கள் வழக்கமாக ஒரு நபரை அணுகுபவராக இருப்பீர்கள். அவர்தான் ‘நாலும் தெரிந்தவர்’

நீலா கொடுத்த ஐந்து ரூபாயில் மூன்று ரூபாயும் இருபது காசும் அப்ளிகேஷனுக்கு செலவானது. மீதியிருந்த ஒன்று எண்பதில்- சைக்கிள் செலவேதும் வைக்காத பட்சத்தில்- இரண்டு டீயும் இரண்டு சிகரட்டும் சாத்தியம். சைக்கிளின் மீது எனக்கு நம்பிக்கை யில்லை. இரண்டு டயருமே, டியூப் போல் மெலிந்து விட்டது.

ப்ரீவீல் இப்பவோ, அப்பலோ என்று கடைசி மூச்சைப் பிடித்து வைத்திருந்தது. பின் பக்க ‘ரிம்’மில் போனவாரம் பார்த்தபோது இரண்டு கம்பிகள் உடைந்திருந்தது. இப்போது அது மூன்றாகவோ, நான்காகவோ உயர்ந்திருக்கலாம். இதற்கெல்லாம் வீட்டில் அணுக முடியாது. ஊர் ‘சுற்றும் பையனுக்கு சைக்கிள் ஒரு கேடா?’ என்பார்கள்.

முதல் வேலையாக அப்ளிகேஷனைச் சமர்ப்பித்தேன். மேனேஜர் அதை வாங்கும்போதே, என்னை ஏற இறங்கப் பார்த்தான். நான் சற்றே விறைப்பாக நிற்க முயன்றேன். நீடிக்கவில்லை. அவசரமாய் முகவியர்வையைத் துடைத்து தலைமுடியைக் கோதிப் பின்புறம் தள்ளினேன். நல்ல வேளையாகச் சட்டையின் ஐந்து பட்டன்களும் போடப்பட்டிருந்தன. வியர்வையைத் தவிர்க்க பட்டன்களை அவிழ்த்துவிட்டிருக்க, அது அவரை அவமதிப்பதற்காகச் செய்ததாக நினைத்துவிடக் கூடாதல்லவா? குறிப்பாகக் காலருக்கு அடுத்த படியாக இருக்கும் முதல் பட்டன் அவிழ்ந்திருக்கவே கூடாது. கீழிருக்கும் ஏனைய பட்டன்களில் ஏதேனும் ஒன்று அவிழ்ந்திருந் தால், ஆடம்பரத்தில் அவ்வளவாக நாட்டமில்லாதவன் என்ற எண் ணத்தை ஏற்படுத்தும். சமயத்தில் அதுவே கூடப் பெரிய மனிதத் தோரணையை ஏற்படுத்தும். அறிஞர் அண்ணாவின் கடைசி பட்டன்கள் பெரும்பாலும் அவிழ்ந்த நிலையிலேயே இருக்கும்... ஃபோட்டோக்களில் கீழ் பட்டன் அவிழ்ந்து கிடப்பதால் சட்டை சற்றே காற்றில் பறந்த நிலையில் இருக்கும். அதுவே முதல் பட்டனாக இருந்தால்?

மேனேஜர் முதல் தடவை பார்த்ததோடும் சரி. மறுபடியும் பார்க்கவே இல்லை. குனிந்த தலைநிமிராமல் ‘டிப்ளமோ சர்டிபிகேட் இல்லையா?” என்றார்.

“இன்னும் வரலை சார்”

“வரலையா?” நிமிருவார் என்று எதிர்பார்த்தேன். நிமிரவில்லை.

"கோர்ஸ் கம்ப்ளீஷன் சர்டிபிகேட் வெச்சிருக்கேன் சார்."

"ஐ... ஸீ..."

"..........."

"பாஸ் பண்ணியாச்சா?"

"பண்ணிட்டன் சார்."

"பின்ன ஏன் வரல?"

எனக்குக் கோபம் வரவில்லை. கோபம் ஆறிவிட்டது.

"தெரியலை சார் ரெண்டு முறை எழுதிக் குடுத்திட்டேன். இன்னும் அனுப்பலே."

"ஓ.கே. இன்னும் ஒன் வீக்ல இன்ஃபார்ம் பண்ணுவோம்."

"தாங்க் யூ சார்."

வெளியேறினேன்.

விஞ்ஞானிகளையும், கவிஞரையும், டாக்டரையும், வக்கீலையும் கூட முதலாளித்துவம் கூலியாட்களாக மாற்றி விட்டது என்று மார்க்ஸ் சொன்னது ஞாபகம் வந்தது.

அசோகனிடம் விவாதிப்பதால் அடிக்கடி இது போன்ற ஞாபகங்கள் வந்தன. அவரின் டூரிங்குக்கு மறுப்பு, இயக்கவியல் போன்ற புத்தகங்களை வலிய ஆர்வத்தோடு படிக்க வேண்டிருந்தது. நியூட்டன் விதிகளைப் போல இதிலும் விதிகள். நியூட்டன், ஐன்ஸ்டீன் என்று ஒருவர் பாக்கியில்லாத விஞ்ஞானக் கலவையாய் இருந்தது. பிரமிப்பாக இருக்கிறது என்பதாலேயே இப்படிப் படிக்கிறோமா? என்றும் நினைத்தேன்.

மூன்றடி அகலமுள்ள நீண்ட வழியும் அதன் இடது புறத்தில் வரிசையாக குடித்தன வீடுகளுமான வீடு. வரிசையாக ஐந்தாறு கதவுகள் இருந்தன. நீண்ட வழியில் அம்மிக் கல்லும், ஆட்டுக் கல்லுமாக இருந்தது. ஒரு சைக்கிளும் விடப்பட்டிருந்தது. வலது புறச்சுவற்றின் நீளத்திதுக்குத் துணி காயப் போடும் கொடி கட்டியிருந்தது. தவிர மனிதர் யாருமில்லை.

உத்தேசமாய் ஒரு வீட்டின் கதவைத் தட்டி "இங்க சுமதி!ன்னு" என்றேன்.

தடியாக ஒரு பெண்மணி வெளியே வந்து என்னை ஏற இறங்கப் பார்த்துவிட்டு, 'சுமதியா?' என்றாள்.

"ஆமாம்... புதுசா கல்யாணம் ஆனவங்க."

"ம்..."

"அவங்களைப் பாக்கணும்."

“நீ யாரு?” என்றாள் ஒருமையில்

“தெரிஞ்சவன்?”

“பேரு?”

இன்டர்வியூவே பரவாயில்லை போல இருந்தது.

“எம்பேரு அதுக்கு தெரியாதுன்னு பாக்றேன்.”

“பேரே தெரியாதின்றே! தெரிஞ்சவன்றே?”

“சரி... நடராஜ்னு சொல்லுங்க,”

அசைந்து, அசைந்து மூன்றாவது கதவிருந்த வீட்டை அடைந்து. ‘தாப்பாள் போட்டு வெச்சிருக்குதே...’என்று முணுமுணுத்து விட்டு அதற்கு எதிர் வீட்டில் தலையை நுழைத்து “ரவியம்மா... சுமதி எங்க?... யாரோ வந்திருக்காங்கன்னு சொல்லு...” என்றாள்.

வினாடி நேரத்தில் சுமதி வெளியே வந்து, “வாண்ணா” என்று வரவேற்றாள். புன்முறுவலின் நடுவே சந்தேகம் இருந்தது.

தாழிட்டிருந்த கதவை விலக்கி உள்ளே அழைத்துப் போனாள். இந்த வீட்டிலும் சாமிப்படங்கள் குடியிருந்தன. பத்தடிக்கு, பனிரெண்டு அடிகொண்ட ஒரு அறை, இந்த அறையின் நீட்சி போல இருந்த பகுதியில் ஸ்கிரின் தொங்க விடப்பட்டிருந்தது. அதனுள்ளே சமையல் செய்யும் வசதியிருக்கும் என்று நினைத்தேன். நான்கடி அகலம் கொண்ட இரும்பு பீரோ ஒன்று சுவரோரம் வைக்கப் பட்டிருந்தது. அதன் இடுக்கிலிருந்து மடித்து வைக்கும் ஸ்டூல் சேர் ஒன்றை எடுத்து நீட்டி என்னை உட்கார வைத்தாள்.

“நீலாதான் பாத்துட்டு வரச்சொல்லுச்சு” என்று ஆரம்பித்தேன். கண்டேன் சீதையை மாதிரி.

“அப்பாவுக்குத் தெரியுமா?’என்றாள்.

“அவருக்குத் தெரியாது. அவர்கோவமா இருக்கார்”

“அம்மா எப்படி இருக்காங்க?...”

“கொஞ்ச நாள் கஷ்டமாகத்தான் இருக்கும்....”

சுவற்றில் சாய்ந்து முந்தானையைக் கையில் தாங்கியபடி இருந்தாள். திருமணம் ஆனதும் ஏற்படும் திடீர் மாறுதல், பெண்கள் அனைவருக்குமே சுலபமான விஷயம் போல் பட்டது. நீலாவை விடப் பெரிய பெண்போல காணப் பட்டாள்.

“நீலாவுக்கும் கூட எம்மேல கோவமா?”

“கோவம்லா இல்ல... திடீர்னு இப்படியானதால ஒரு ஷாக்...” மேற் கொண்டு முடிக்காமல் சிரித்து வைத்தேன்.

'நா படிக்கும் போதே இப்படி ஒரு முடிவுக்கு வந்துட்டேன். நீலாவுக்கும்தான் தெரியும். அவளுக்கு தெரிஞ்சதாலதான் திடீர்னு ஸ்கூலைவிட்டு நிறுத்தி நா எங்கயும் வெளியே தலைகாட்ட விடாமப்பண்ணிட்டா. வெளிய போறதுக்கு சான்ஸ் இல்லாம போகவேதான். எக்ஸாம் ஹால்ல இருந்து சொல்லாமக் கொள்ளாம ஓடியாற வேண்டியதா ஆயிடுச்சு... எக்ஸாமுக்கு முத நாள் தீ மிதி விழா... நீங்க கூட வந்திருக்கீங்களே...? நீங்கல்லாம் சுவாரஸ்மா பேசிக்குனு இருந்தீங்க. இவரும் அன்னைக்கு வந்திருந்தாரு."

"ம்....!"

"நல்ல வேளையா அதுக்கு முன்னாடியே வீடுபாத்து எல்லா ஏற்பாடும் செய்து வெச்சிருந்தாரு... குன்றத்தூர்ல தான் கல்யாணம் ஆச்சு."

"அது சரி... வீட்டுக்கு வந்துறப்போறேன்று லட்டர் போட்டிருந்தீங்களாமே?... அதான் என்னவோ ஏதோனு நீலா பயந்து போச்சு."

"வீட்டுக்கு வந்து எல்லாரையும் பாக்கணும்னு ஆசையாத்தான் இருக்குது."

இவள் அழவில்லை. அப்படி ஒன்றும் மோசமான நிலைமை மாதிரித் தெரியவில்லை.

"எங்க வேலை செய்றாரு?"

"எக்மோர்ல ஏதோ ஃபைனான்ஸ் கம்பெனி."

பையன் ஒருவன் காபி வாங்கிக் கொண்டு வந்தான்.

"ரவி, இன்னைக்கு ஸ்கூல் போகலையா?"என்றேன்.

சுமதி, "உங்களுக்கு இவனைத் தெரியுமா?"என்றாள்.

"ரவியம்மான்னு கூப்பிட்டாங்களே..."

சிரித்துவிட்டு, 'நீலாவை ஒருமுறை வரச் சொல்லுங்க" என்றாள்.

ஸ்டிக்கர் பிரிக்காத எவர்சில்வர் தம்ளரில் காபி கொடுத்தாள்.

"அவங்க வீட்ல இந்த கல்யாணத்துக்கு ஒத்துக்கிட்டாங்களா?"என்றேன்.

"இல்ல... அவரோட தம்பியும், மாமாவும்தான் வந்துட்டு போனாங்க... அப்புறம் அவரோட ஃப்ரண்ட்ஸ்."

"நம்ம நாட்ல ஜாதி விட்டு ஜாதி கல்யாணம் பண்றதுனா, வெளிகிரகத்தில போய் வேற ஜந்துவை கல்யாணம் பண்ணிட்டாப்ல பாக்றாங்க."

"அதானே..."

"எல்லாரும் மனுஷன்... மனுஷி..."

“எங்கம்மாவையும் மகேஷையும் கூட வரச் சொல்லுங்க.”

“கொஞ்ச நாளாகட்டும்... அப்புறம் சரியாயிடுவாங்க...” என்றேன்....

“எப்ப சரியாகறது. நா மட்டுமாவது இப்படியானதிலே அவங்களுக்கு எவ்வளவோ பாரம் குறைஞ்சிருக்கும். நீங்களே சொல்லுங்க. நாற்பதாயிரத்த வெச்சிக்குனு மூணு பொண்ணுங்களுக்கு இந்த காலத்தில் கல்யாணம் பண்ண முடியுமா?”

சுமதியிடம் நீலாவைவிட கட்டுப்பாடுகளை உடைத்துக் கொண்டு வெளியே வருகிற தைரியம் நிறைய இருப்பது போல் தெரிந்தது. வந்துவிட்டதற்காக அழகான சமாதானங்கள் சொன்னாள். பலரையும் சிந்தித்துத்தான் இந்த முடிவை எடுத்ததாக நிரூபிக்கிறாள்.

நீலாவால் இப்படியெல்லாம் சிந்திக்க முடியுமா என்றே சந்தேகமாக இருந்தது.

“சாப்டுட்டுப் போங்கண்ணா...” என்றபோது விடை பெற்றுக்கொண்டேன்.

நாலும் தெரிந்தவர் சொல்வதுபோல் ஒரு வேலை முடிந்தது. என்ன பெரிய நாலும் தெரிந்தவர்?... வேலை கிடைக்காதென்பது எல்லோருக்கும் தெரிந்த விஷயம்தானே?... ஏதோ ஒரு வேலை முடிந்த திருப்தி. இந்தத் திருப்தியை வைத்துக் கொண்டு, கல்லூரிவரை போய்வர முடியுமா என்று தோன்றவில்லை. நாளைக்குத்தான் போக வேண்டும்.

இரண்டு மணிக்கெல்லாம் வீட்டுக்கு வந்துவிட்டேன். தண்டச் சோறு சாப்பிட்டானதும், படுத்தால் திட்டுவார்களே என்று பயமாக இருந்தது. ஸ்டூலில் உட்கார்ந்தேன். படிக்கவும் தோன்றவில்லை. அனைத்து மார்க் லிஸ்ட்களையும், வரிசைக் கிரமமாக அடுக்கி, பிளாஸ்டிக் கவரில் போட்டு எப்போதும் போலப் பத்திரமாக ட்ரங்க் பெட்டிக்குள் வைத்துக் கட்டிலுக்கு அடியில் தள்ளினேன்.

வெட்டியாக உட்கார்ந்து இருப்பது ‘சும்மா’ இருப்பதை விடக் கஷ்டமாக இருந்தது. சும்மா இருக்கும் போதாவது யாராவது வேலை வைத்துக் கொண்டிருந்தார்கள்.

ஏதாவது வேலை வைக்க மாட்டார்களா என்று ஏங்கும் அளவுக்கு நிலைமை இருந்தது. மாடத்துக்கு மேலிருக்கும் ‘கிருஷ்ணர்’ ஹாயாக பாமாமீது ஒரு கையும், ருக்மணி மீது ஒரு கையும் போட்டுக் கொண்டு நின்றிருந்தார். நிச்சயமாக இவரால் இந்த பிரபஞ்சத்தைக் கண்ட்ரோல் பண்ண முடியாது என்று நினைத்துக் கொண்டேன்.

பொழுது போகாமல் அடிக்கடி தண்ணீர் குடிப்பதும், சிறுநீர்-கழிப்பதுமாக இருந்தேன். செய்வதற்கு ஒரு வேலை வேண்டுமே!

16

ஓயாத துயரமும் ஓய்வுள்ள துயரமுமாக வாழ்க்கை ஓடிக் கொண்டிருந்தது. அதாவது நான் சைக்கிளில் சென்று கொண்டோ, எங்காவது அமர்ந்து கொண்டோ வருத்தப் பட்டேன். கட்டிடக் கலையையே மறந்து விடுவோமோ என்கிற அளவுக்குப் பயந்து போயிருந்தேன்.

நான் முன்பு போல தெம்பும், கோபமும் உள்ளவனாகச் செயல்பட முடியாதவனாக மாறிக் கொண்டிருந்தேன். தலைமகன்- என்ற என் பதவியை நான் முற்றிலுமாக உணர்ந் திருந்தேன். இரண்டு மாதத்தில் வீட்டு வாடகையும் கூட பாக்கி நிற்பதையும், மற்ற பல அத்தியவாசியத் தேவைகளையும் அறிந் திருந்தேன். குளிப்பதற்கு சோப்பைக்கூடப் பயன்படுத்துவதில்லை என்று தீர்மானித் திருந்தேன். எத்தனை முறை அறுந்தாலும் ரப்பர் செருப்பை எறிந்து விடுவதாக இல்லை. அவைகளில் குண்டூசி சொருகிப் பயன்படுத்தி வந்தேன். செருப்பின் மேற்பரப்பில் இருக்கும் வெண்மையான பகுதி தேய்ந்து பெரும்பாலும் நீலமாக மாறிவிட் டிருந்தது.

தலைமுடி தியாகராஜ பாகவதர் மாதிரி மாறிவிட்டது. பெரும்பாலும் அசோகனின் செலவில் டீயும், சிகரெட்டும் கிடைத்து வந்தது.

அவரைப் பார்க்கப் போகும் போதெல்லாம் டீக்காகவே போவதுபோல இருந்தது. போலித்ததனமாகத்தான் மார்க்ஸையும், பெரியாரையும் விவாதத்துக்குப் பயன்படுத்திக் கொள்வதாக நினைத்துக் கொண்டேன்.

‘கோடலிக்கஞ்சி’ கதை ஞாபகம் வருகிறது. நான்கு பேர் கூடினார்கள். கஞ்சி காய்ச்சிக் குடிக்க ஏற்பாடு நடந்தது. ஒருவனுக்கு நெய் எடுத்துவர வேண்டிய வேலை. இன்னொருவனுக்குப்

பாத்திரங்கள்... இன்னாருவனுக்கு விறகு... நான்காவது மனிதனுக்கு எதுவும் பாக்கியிருக்கவில்லை. அவன் அவனது கோடாலியைக் கொண்டு வருவதாகவும், அதனைக் கொண்டு கஞ்சியை நன்கு கலக்க முடியும் என்று கூறினானாம்.

கோடாலி கணக்காய் போய்விட்டார்கள், மார்க்ஸூம் பெரியாரும்.

வரட்டுப் பிடிவாதமாய் அவரிடம் பெரியாரைச் சொல்லி வம்பளக்கிறோமோ? என்றிருந்தது. இப்படி ஒரு விவாதம் இல்லை என்றால் டீயும் இல்லை தானே?

அப்படியெல்லாம் இல்லை என்றும் சொல்லிக் கொண்டேன். ஏனென்றால் பாலகிருஷ்ணன் சார் எனக்கு டீ எதுவும் வாங்கித் தருவதில்லை என்றாலும் அவரிடம் பேசிக் கொண்டும், அவர் தருகிற பெரியார் சுயமரியாதை நிறுவனத்தின் மக்கிய காகிதத்தில் அச்சடித்த புத்தகங்களைப் படித்துக் கொண்டும்தான் இருந்தேன்.

அசோகனிடம் விவாதிக்கத்தான் இவற்றைப் படிக்கிறேனா? அப்படியானால் டீக்கான எனது முயற்சிதான் பாலகிருஷ்ணன் சாரா?...

அப்படியானால் பரமசிவம் டீ வாங்கிக் கொடுத்தால் கல்கி புராணம் படிக்கத் துவங்கி விடுவேனோ?

அசோகன் டீ சாப்பிட அழைத்தபோது அவசரமாக மறுத்தேன். ஆச்சரியமாய், “அட, ஏம்பா?” என்றார்.

“மிலிட்ரில போய்ச் சேர்ந்திடலாமன்னு பாக்றேன்.”

“மிலிட்ரிலயா?”

“வீட்டு நிலைமை ரொம்ப மோசமா இருக்கு.”

சிரித்தார்.

“நம்ப நாட்ல பார்ப்பா... எப்ப ஒருத்தனால அவனையே காப்பாத்திக்க முடியாமல் போகுதோ.... அந்த சமயத்தில் நாட்டைக் காப்பாத்தறதுக்குக் கிளம்பறான்.”

“.............”

“வேலை கிடைக்காதவனுக்குக் கடைசி ஆயுதம், நாட்டைக் காப்பாத்ற வேலை.”

“அதுவும் கிடைக்குமான்னு தெரியலை. ஹைட்டு பத்துமா பாருங்க” என்று போய்க் கொண்டிருப்பதை நிறுத்தி, நின்றேன்.

“அட வாப்பா. டீ சாப்பிட்டு பேசுவோம்.”

“டீ வேணாம் சார். எனக்கு ஒரு வேலை வாங்கிக் குடுங்க.”

“நீ இன்ஜினியரிங் படிச்சிருக்றே. உனுக்கெங்க நா வேலை பாக்கறது? எங்கம்பெனிக்கு சி.எல். வேலைக்கு வர்றியா சொல்லு?”

“வரேன் சார்.”

“ச்சே போயா.”

“நிஜமா வரேன்.”

சற்றே நிதானமாய் என்னை என் கண்களைக் கவனித்தார். நான் மிக உறுதியாகவும், உண்மையாகவும் சொல்வதை அவர் உணர்ந்திருக்க வேண்டும்.

“சரி மண்டே வர்றியா?”

“மண்டேவா?”

“சரி, ட்யூஸ்டே வா.”

“சரி.”

“டெய்லி பதிமூணு ரூபா.... ஓ.டி. இருந்தா டபுள் சம்பளம்.”

“போதும்.”

சிகரட்டும் டீயும் கொடுத்தபோது, “ வேண்டாம், வேண்டாம்” என்று வாங்கிக் கொண்டேன்.

“உன் ஃபீல்ட்லயே சேர்றதுக்கு ட்ரை பண்றதானே?”

“இன்னும் டிப்ளமா வரலை?”

“டிப்ளமா வரலையா?”

இவர் ஒன்றுதான் பாக்கி. விலா வரியாகச் சொன்னேன்.

“எல்லாம் பேப்பரும் பாஸாயிட்ட இல்ல?”

“.....ம்....”

“பின்ன ஏன் லேட் பண்றாங்க?”

“எல்லா மார்க்கையும் ஜிராக்ஸ் எடுத்துக் குடுக்கச் சொன்னாங்க. குடுத்துட்டு வந்தேன். நேத்துப் போயி என்னன்னு பாத்தா, காலேஜ்ல இருந்து டெக்னிகல் எஜுகேஷன் சென்டருக்கு அனுப்பவே இல்ல....”

“ஏன்?”

“அத ஏன் சார் கேக்கறீங்க... நீ இன்னும் ஒரு பேப்பர் பாஸ் பண்ண வேண்டியிருக்குன்னு பயமுறுத்தறாங்க. முன்ன நாப்பது எடுத்தா பாஸுனு இருந்த ஒரு பேப்பர்... இப்பத்தி சிலபஸ் பிரகாரம் அம்பது எடுத்தாகணுமாம்...”

“.........ம்......”

“ஹெட் ஆஃப்த டிபார்ட்மெண்ட் கிட்ட போய் முன்ன நாற்பது

எடுத்தா பாஸ்னு இருந்தது சார்னு சொல்றேன்.... 'யார் கிட்டயா காது குத்தறேன்றாரு."

"அப்றம்?"

"அப்புறமின்ன அப்புறம்? அவர் வெரிபை பண்ணிக் கையெழுத்து போட்டு அனுப்பினாத்தான் டிப்ளமா இஸ்யூ பண்ணுவாங்க."

"இன்னொருமுறை எழுதணுமா?"

"தேவையில்லை. அப்ப எனக்கு பாடம் நடத்தின வாத்தியார் இருந்திருந்தா கூட்டியாந்து நிறுத்தியிருப்பேன். அந்தாளு டிரான்ஸ்பர் ஆயி திருச்சிக்குப் போயிட்டானாம். எல்லா வாத்தியாரையும் விசாரிக்கணும். யாருக்காவது ஆறு வருஷத்துக்கு முன்னாடி நடத்தின பாடம் ஞாபகம் இருந்தா முடிஞ்சுது விஷயம். இன்னைக்கு வீட்ல தேடிப் பாத்ததில ஒரு எவிடன்ஸ் கிடைச்சது. நா பரீட்சை எழுதின கொஸின் பேப்பர். மினிமம் நாப்பது மார்க்ஸ் போட்டிருந்தது. நா எக்ஸ்டேனல்லலேயே நாப்பத்தொன்னு வாங்கியிருக்கிறேன்.... இன்டேனல் எட்டு. நாப்பத்தொன்பது மொத்தத்தலே. அப்ப பாஸ்தானே?"

"புரியலைப்பா."

"பாடம் நடத்தறவங்களுக்கே புரிய வைக்க முடியலை. அவனுங்க சொல்றபடியா பாத்தா... ஒரு மார்க் கம்மியா இருக்கு,"

"புரியற விஷயமாகப் பேசுவமா?"

"சரி பேசுவம். இன்னைக்கு புதன் கிழமை. அப்ப நாளைக்கு?"

"அட! 'அடிக் கட்டுமானமும், மேல் கட்டுமானமும்னு ஒரு புஸ்தகம் குடுத்தேனே.... உற்பத்தி உறவு முறைதான் மேல் கட்டு மானத்தை தீர்மானிக்குதுன்னு விளக்கமா எழுதியிருப்பாங்களே?"

"மார்க்ஸு எந்த ஊர்க்காரு?"

"ஜெர்மன்."

"அந்த ஊர்ல ஜாதி இருந்துதா?"

"ஏன் அங்கயும் தான் செருப்பு தைக்கறவன் தச்சன், கருமான் எல்லாரும் இருக்காங்க."

"சரி அங்கெல்லாம் செருப்புத் தைக்கிறவன் புஸ்தகத்தைத் தொட்டா கைய வெட்டுவாங்களா? ஈயத்தக் காய்ச்சி அவன் காதுல ஊத்துவாங்களா?"

"தி.க.....வுல நல்லாதான் தயார் பண்ணி வுட்டுருக்காங்க."

"இதப் பாருங்க சார்... நான் தி.க.வே. இல்லை. பொதுவாக் கேக்கறேன். அவர் ஊர்ல அந்தத் தொழில் செய்றவன் இருந்தான்.

அதே மாதிரி தான் இங்கயும் இருந்ததுனு அவர் நினைச்சு இருப்பார்... இங்க என்டர்லி ஃடிபரண்ட். இங்கத்தி நிலவரம் அவருக்குத் தெரியாது...."

"இங்க ஜாதினு ஒண்ணு இருக்கறது அவருக்குத் தெரிஞ்சு தான் இருந்தது."

"எவிடன்ஸ் இருக்குதா?"

"....ம்...."

"சரி... அப்படியே தெரிஞ்சி இருந்தாலும் இங்க இருக்கிற அதே வீச்சோட அவரால் புரிஞ்சிக்னு இருக்க முடியுமா?.... சத்தியமாச் சொல்லுங்க.... இந்தியாவில ஜாதி என்கிற விஷயம் மேல் கட்டுமானம்னு அவர் எழுதியிருக்காரா?"

"அப்படிக் குறிப்பிட்டு எழுதினாத்தான். ஒத்துக்குவியா?

"அவர் எழுதிட்டா மட்டும் ஒத்துக்கணுமா என்ன? அதிருக்கட்டும். அவர் அப்படிலாம் எழுதி வெக்கல. ஓ.கே.வா?... இப்ப நான் கேக்கறேன். யாரைக் கேட்டு ஜாதிய மேல் கட்டுமானம்னு வெச்சீங்க?"

"யாரைக் கேக்கணும் சொல்லு?"

"பாமரனா கேக்றேன். ஊர்ல நாலுபேர் கிட்ட கேட்டுட்டில்ல இந்த வேலையைச் செய்யணும்? யாரையாவது கேட்டீங்களா?"

"என்னாப்பா நீ?"

"தொண்ணூத்தி அஞ்சு வயசு வரைக்கும் இங்க ஒரு மனுசன் நாய் மாதிரிக்கத்திட்டு செத்துப்போயிருக்கான். எந்த மார்க்சியவாதியாவது காதுல வாங்கிக்னீங்களா? கேவலம் மனிதாபிமானம் இருக்கிற எந்த மனுசனும் காது குடுத்துக் கேட்டிருப்பான். ஏன் கேக்கல...? இந்தியாவில் இருக்கிற மார்க்சியத் தலைவனெல்லம் பிராமின்ஸ்..."

"ரொம்ப சூடாப் பேசறியேப்பா,"

"பின்ன என்ன? ஆயிரமாயிரம் வருஷமாக் கோவில் உள்ளேயே நுழைய விடாம வெச்சிருக்றாங்க. ஏன்னு கேட்டீங்களா? அதுக்குத் தான் வக்கில்ல. அதுக்காக ஒருத்தன் போராட்றான்... ஜெயிலுக்குப் போறான்.... ஆதரவாவது தெரிவிச்சீங்களா?... கெடையாது."

"........................"

"போன வருஷம் பொங்கலுக்கு எங்க பெரியம்மா வீட்டுக்குப் போயிருந்தேன். அப்படி ஒண்ணும் மோசமான பட்டிக்காடும் இல்ல.... அறுவது வயசு மனுஷன் வந்து இடுப்பிலே துணியக் கட்டிக்குனு 'ஆண்டே..... பொங்க இனாம் கொடுங்க'ன்னு கேக்கறான். கொடுமையில்ல?.... எங்க பெரியம்மா பையன், என்னைவிட நாலு வயசு சின்னவன், அந்த மனுசனை வாடா,

போடான்னு கூப்பிட்றான். எந்த நாட்ல நடக்கும் சொல்லுங்க....?"

"...................."

"இந்தியால பத்து வயசுக்குள்ள விதவைகள் எத்தனையோ லட்சம் பேர் இருந்திருக்காங்க. ச்சே... இருந்ததுங்க. அதுக்கு ஏதாவது பண்ணீங்களா? ஏதோ ஜெர்மன்காரன் சொல்லிட்டான்னு அப்படியே ஃபாலோ பண்ணா முடியுமா? நம்ம ஊருக்கு ஒத்துப் போவுதான்னு பாக்க வேணாம்?"

"......................"

"ஒருத்தனை ஒருத்தன் மதிக்கத் தெரிஞ்ச நாட்லதான் முன்னேற்றம் சாத்தியம். நம்ம நாட்ல அவனையே அவன் மதிச்சிக்க மாட்டன்றான். அதுக்ககாகத்தான், 'சுய மரியாதை'ன்ற வார்த்தையே வந்தது."

நான் பேசுவது எனக்கே ஆச்சரியமாக இருந்தது. எழுதி வைத்து மனப்பாடம் செய்ததுபோல் பேசினேன்.

நானென்னவோ அவரைத்தான் திட்டிக் கொண்டிருப்பது போல தலை குனிந்தபடி இருந்தார், அசோகன். கோபித்துக் கொண்டாரா? கேட்டுக் கொண்டிருக்கிறாரா? என்று புரியவில்லை.

"எங்க கட்சி ஜி.பி. நடக்கப் போவுது. அதில் நீங்க சொன்னதை யெல்லாம் கேட்கிறேன்" என்றார் கடைசியாய்.

'கேளுங்க. சீனால சென்யாட்சன், நாலு லட்சம் கடவுளை ஏறகட்டி வெச்சதாலதான், மாவோவுக்கு புரட்சி பண்றதுக்கு ஈஸியா இருந்தது, இதையும் சொல்லுங்க."

சிரித்துக்கொண்டே, "சொல்றேன்" என்றார்.

"மார்க்ஸைப் படிக்கறதுக்கு முன்னாடி பெரியாரைப் படிக்கச் சொல்லுங்க. என்னமோ அவரென்ன சொல்றது நா என்ன கேக்கறதுன்னு இருந்தா ஜனங்க தண்ணி தெளிச்சி உட்ருவாங்கன்னு சொல்லுங்க. கௌரவம்லா பாக்காம அந்தாளு பேச்சையும் கேட்டு நடந்தா நல்லது" இப்படிச் சொல்லிக் கொண்டிருந்தபோது முதலில் நான் சிரிக்கத் தொடங்கினேனா? அல்லது அசோகனா என்பது தெரியவில்லை- இருவரும் சிரித்துக் கொண்டோம்.

கடைசியாய் மறவாமல், "அப்ப செவ்வாக்கிழம?" என்றேன்.

"என்னது?"

"வேலைக்கு!"

17

எவ்வளவுதான் வேகமாக வந்தும் கூட, அண்ணா சிலையருகே சிக்னலில் நிற்கும் போது மணி பத்தாகிவிட்டது. நீலா எத்தனை மணிக்கு வரவேண்டும் என்று நேரம் சொல்லவில்லை.

சிலையைச் சுற்றி ஆர்ட்டீசியன் ஊற்றுகள் அமைத்திருந்தார்கள். அழகாகத்தான் இருந்தது. போன முறை வந்தபோது கவனிக்கவில்லை. இப்போதுதான் அமைத்தார்களோ என்னவோ? சிலை ஆள் காட்டி விரலை நீட்டி இப்போதுதான் ஏதோ சொல்லி முடித்தது போல இருந்தது; அல்லது சொல்லப் போவது போல இருந்தது.

பல்கலைக்கழகம் நோக்கி சைக்கிளைத் திருப்பிக் கொண்டு போனபோது சுவர் முழுக்க 'நீலச்' சுவரொட்டிகள்.

சைக்கிள் நகரவில்லை. காற்று மிகவும் கம்மியாகிவிட்டிருந்தது. பம்ப் ஒன்று வாங்க நினைத்து முடியாமலேயே போய்விட்டது.

தேர்வு நடக்கிற இடத்தில், கரும்பலகையில் "தேர்வு நடை பெற்றுக் கொண்டிருக்கிறது' என்று எழுதி வைத்திருந்தார்கள். காத்திருக்கலாமென்று திரும்பிப் பின் அவள் வந்திருக்கிறாளா? என்று தெரிந்து கொண்டு காத்திருக்கலாம் என்று சற்றே தேர்வறையில் நுழைந்தேன். யானைகள் கூட நிமிர்ந்து நுழையக் கூடிய கூடிய அகன்ற வாயிற்படி. பெரிய ஹால் முழுக்க மாணவர்கள். நீலா சிறிய டேபிளின் எதிரில் அமர்ந்து எழுதிக் கொண்டிருந்தாள். அவளிடம் ஏதோ மாற்றம் தெரிந்தது. அது என்னவென்றெல்லாம் தெரிந்து கொள்ள இஷ்டமில்லாமல் வெளியே வந்து படிக்கட்டு உள்ள நிழல் ஒன்றில் உட்கார்ந்தேன்.

எனக்கருகில் உட்கார்ந்திருந்த மாணவர்கள் அடுத்து சி.ஏ. படிக்கப் போவதைப் பற்றிப் பேசிக் கொண்டிருந்தார்கள். பரபரப்பான

மாணவர்கள் மத்தியில் கிழவன் போல உட்கார்ந்திருந்தேன்.

எனக்கும் இப்படியான ஒரு பரபரப்பு இருந்ததை நினைவு கூர முடிந்தது. அதையெல்லாம் கடந்துவிட்டதை நினைத்த போது மனம் சற்றே பாரமாகி, இவர்களும் இன்னும் கொஞ்ச நாளில் என்னைப் போலத்தான் ஆகிவிடுவார்கள் என நினைத்துத் திருப்தி அடைந்தேன்.

எல்லோரும் என்னைப் போல ஆகிவிடுவார்கள் என்பது திருப்தியடையும் நிலையா? ரஸ்ஸல் சொன்னாரே, "பிச்சைகாரன் பணக்காரனைப் பார்த்து பொறாமைப்படுவதில்லை; தன்னைவிட அதிகம் சம்பாதிக்கும் பிச்சைக்காரனைப் பார்த்துத்தான் பொறாமைப் படுகிறான்."

பொறாமைப்படுவதற்கும் கூடத் தகுதியற்றுப் போய் விட்டேன். வேலை மட்டும் கிடைத்திருந்து இரண்டாயிரம் சம்பாதிக்கும் நிலை யிருந்தால், மூவாயிரம் சம்பாதிப்பவனைப் பொறாமைப்படலாம்.

நேர. ஆக, ஆக ஏதாவது செய்ய வேண்டும் . இப்படி வெட்டியாக உட்கார்ந்திருந்தால் அப்புறப்படுத்தப்படுவோம் என்று பயமாக இருந்தது. இதென்ன தூது போகிற வேலை? நீலாவிடமிருந்து இத்தோடு முறித்துக்கொள்ள வேண்டும். வெறியோடு வேலை தேடியாக வேண்டும்.

நீலா தேர்வு முடித்துவிட்டு வெளியே வரும்போது என் எண்ணம் தீவிரமடைந்திருந்தது. பொலிவோடு இருந்தாள் அவள்.

"சுமதி வீட்டிற்குப் போய்விட்டு வந்ததைப் பிரமாதமாகச் சொல்லும் திறனின்றி ஒரு சிறிய பத்தி அளவுக்குச் சொல்லி முடித்தேன். கேட்டுக் கொண்டிருக்கும்போதே நீலா இடை யிடையே புன்முறுவல் செய்தாள். அவள் நான் சொல்லிக் கொண்டிருப்பதை ஆர்வமாகக் கேட்கவில்லை என்று புரிந்தது.

"நானும் சுமதியப் பார்த்தேன்" என்றாள்.

"............."

"நேத்து வீட்ல ஃபெஷல் கிளாஸ்னு சொல்லிட்டுப் n பாய் பாத்துட்டு வந்தேன். உங்களுக்குத் தொந்தரவு தந்ததுக்கு ரொம்ப சாரி....."

"பரவால்ல... அப்புறம்?"

"நேர்ல பாத்ததும்தான் திருப்தியாச்சு."

"என்ன முடிவு பண்ணீங்க?"

"எங்கப்பாதான் தகறார் பண்றார்."

“அவரும் சரியாயிடுவார்...ம்... அப்ப நா கிளம்பட்டுமா? நீங்க பஸ்ல கிளம்புங்க.”

“அவசரமா?”

‘என்னடாது? அவசரமான்னா?’

“அதெல்லாம் ஒண்ணுல்ல... லஞ்ச் டயமாச்சே.”

“கேண்டீன்ல ஏதாவது சாப்பல்லாமா?”

“இங்க வேற ஏதாவது வேலை இருக்குதா?”

“இல்ல...”

முகாபவங்கள் ரசாயனக்கிரியை மாதிரிச் சட, சடவென மாறிக்கொண்டிருந்தது. நெஞ்சிலிருக்கும் நீரையும், வார்த்தை களையும் சேர்த்து விழுங்கினாள். அவளாகவே சொல்லட்டும் என்று காத்திருப்பதிலும் எனக்குச் சங்கட மிருந்தது. அவள் சொல்பவளாக இல்லை. திடீரென்று இயல்பு நிலையை அடைய முயற்சி செய்து, அவளுடைய நோட்புக்கைக் காரணமின்றிப் புரட்டிப்பார்த்தாள்.

விபரீதம் புரிந்துவிட்டது. அதைத் தானாகவே ஆரம்பிப்பதையே அவள் விரும்புவதாக நினைத்தேன்.

காற்று மண்டலம் கிட்டத்தட்ட பிசின்போல மாறிவிட் டிருந்தது. கையைக்காலை உதறிக்கொள்ளக்கூட முடியாது போலிருந்தது.

இதென்ன பைத்தியக்காரத்தனம்?

‘காதல், கீதல்லாம் எனக்குப் பிடிக்காது’ என்று ஆரம்பிக்கலாமா?’

‘ஒரு வேளை இவள் சொல்ல வருவது வேறு விஷயமாக இருந்தால்?’

“ஒரு நிமிஷம்” என்று கேட்டுக்கொண்டு போய் சிகரட் கொளுத்திக் கொண்டு வந்தேன்.

இந்த இடைவெளியில் இருவருமே கொஞ்சம் சுமாராகி விட்டோம்.

“நீங்க ஏன் மறுபடி வேலைக்குப் போகல?” என்றாள்.

“ப்ச்... வேலைக்குப் போகாததால் ரொம்பக் கஷ்டந்தான்... இந்த வயசுல எங்கப்பா வாச்மேன் வேலைக்கு ட்ரை பண்றார். ஆனா எனக்கு யோசிக்கிறதுக்குக் கொஞ்சம் சான்ஸ் கிடச்சுது”

“எதப்பத்தி?”

“இந்த சொசைட்டியப் பத்தி”

“சொசைட்டி?... என்ன யோசிச்சீங்க?”

“இப்படியே இருந்தா முடியாது. சமத்துவம் வரணும்னு...”

“இல்ல... எங்களுக்கு சோஷியல் சைக்காலஜினு ஒரு பாடம் இருக்கு. அதில் ஒவ்வொரு மனுசனுக்கும் ஒவ்வொரு பர்சனாலிட்டி இருக்கிறது. இதையெல்லாம் ஒரே மாதிரியாக் கிடணும்னு கம்யூனிஷ்ட் நினைப்பது பெரும் தவறு‘ன்னு எழுதியிருக்காங்க. அதாவது ஒவ்வொருத்தன் இயல்பையும் மாத்தறது முடியாது. கூடாது’ன்னு சொல்லியிருக்குது.”

“....அப்படியா எழுதியிருக்கானுங்க....?”

“அவங்க சொல்றதும் சரிதானே?”

“எப்படி சரிதானே?.... ஒருத்தன் கோடீஸ்வரனாகவே இருக்கணும்னு நினைப்பான். சரீன்னு அவனைத் தொந்தரவு பண்ணாம விட்டுறணும். இன்னொருத்தன் பிச்சை எடுக்கணும், சோத்துக்கு லோல்படணும்னு ஆசைபடுவான். அவனையும் விட்டுடணும். அதானே அவனுங்க சொல்றது.?”

“ஒருத்தன் மிகவும் விரும்பித்தான் மத்த வேலைகளை விட்டுப் பிச்சை எடுக்க வர்றான்னு சொல்ல வரல.”

“இந்த சைக்காலஜிகாரனுங்க அப்படித்தான் ஏதாவது உளர்றானுங்க. சூழ்நிலை மனசை பாதிக்குதா? மனசு சூழ்நிலையை பாதிக்குதா?... இது தெரிய வேணாம்?”

“நீங்க சொல்றதை ஒத்துக்கறேன், அப்ப ஏன் வேகமாக சோஷலிசம் வர்ல?”

“நீலா... இப்ப உலகமும் முழுசும் சோஷலிச நாடுகளும் முதலாளித்துவ நாடுகளும் இருக்கு. முதலாளித்துவ நாடுகளுக்கு சோஷலிசத்தை கவுக்கறதுதான் நோக்கமே.”

“நீங்க ஏன் இப்படி ஆவேசமா மறுக்கறீங்க? எல்லாரையும் விட ஆடம்பரமா வாழணும்னு ஆசைபட்றது இயல்பு தானே?”

“சோஷலிசம்னா, அதற்கான கலாச்சாரத்தை ஜனங்க பெறுவாங்க. உதாரணமா, எல்லாருக்கும் ரெண்டு கையிருக்கும்போது மூணாவது ஒரு கை வேணும்னு எவனாவது நினைக்கிறானா? அந்த மாதிரிதான் எல்லாருக்கும் அடிப்படை வசதிகள் வந்தாச்சுன்னா... கார் என்பது ஒரு ஆடம்பரப் பொருளா இருக்காது. அது நிறையப் பேருக்கு தேவையானதாகவும் இருக்காது.”

“உவமை நல்லா இருக்கு.”

“பெரியார் சொன்ன உவமை.”

“சரி மறுபடி சாமி கிடையாதுனு ஆரம்பிக்காதீங்க.... ம்... என்னவோ கேட்டேன்... சொசைட்டியப் பத்தி தெரிஞ்சுக்கனீங்கன்னே வெச்சுப்போம்... எங்க பாத்தாலும் நான் பில்டிங் கட்றாங்களே

ஏன் வேலை கிடைக்கல" என்று திருப்பினாள்.

நான் சற்று ஆவேசம் அடைந்திருந்ததை உணர்ந்தேன். பொறுமையாக விளக்க வேண்டும் என்றுதான் நினைத்தேன். என் னவோ எங்கப்பன் வூட்டு சோஷலிஷம் மாதிரி கோபம் வருகிறது.

விட்டேற்றியாய், "ஸ்பேஸ்ல கூடதான் வீடு கட்டப் போறானுங்களாம்" என்றேன்.

சிரித்துக் கொண்டே "அந்த மாதிரி இடத்திலாவது வேலை கிடைக்குமா?" என்றாள்.

"அங்க எதுக்கு?... டெவலப்மண்ட் ஆகாத ஏரியா!"

அதிகமாகச் சிரிக்கத் தொடங்கினாள். வீட்டுக்குப் போகிற ஐடியாவே இல்லைபோல இருந்தது. நானே தொடர்ந்து வீட்டுக்குப் போகச் சொல்லி ஞாபகப்படுத்துவது அநாகரீகமாகப்பட்டது.

இந்த இடத்திற்கு வந்து இது பற்றி எல்லாம் பேசுவதாக ஏற்கெனவே திட்டம் போட்டிருந்ததுபோல் பேசிக் கொண்டிருந்தாள். "இந்தப் புடவை நல்லா இருக்கா?" என்று கேட்டுவிடுவாள் போல இருந்தாள். புடவை நன்றாகத்தான் இருந்தது. நகத்திற்கு இந்த முறை நகச்சாயம் தடவியிருந்தாள்.

காலையில் இருந்தே கடுப்பாக இருந்தேன். போதாக்குறைக்கு இவள் வேறு நேரத்தைச் சாப்பிடுகிறாள். அதுவும் சாப்பாட்டு நேரத்தை சாப்பிடுகிறாள்.

பார்க்கப் பார்க்க அழகாகத்தான் இருக்கிறாள். அதற்காக எவ்வளவு நேரத்தை இழக்கமுடியும்?

'பாவம்' போலவும் இருந்தாள்.

எதிர்ப்பார்க்காத க்ஷணத்தில் "நீலா" என்றேன், முற்றிலும் இது வரையில் இல்லாத தொனியில். ஏனென்றால் பேசப் போகும் விஷயமும் வேறு அல்லவா?

அவளும் அதை அதே நேரத்தில் உணர்ந்திருக்க வேண்டும்.

"ம்?"

"என்னமோ சொல்லவந்தியே?"

"ஆமா."

காற்றின் பசை நேரமறிந்து விலகியிருந்தது.

"நீங்க கல்யாணம் பண்ணிக்கவே மாட்டீங்களா?"

"என்ன திடீர்னு?"

"எனக்கு கல்யாணம் பண்ண மும்முரமா திட்டம் போட்றாங்க."

சற்று காலந்தாழ்த்திவிட்டேன்; "வாழ்த்துக்கள்"

முகச் சலனங்கள் அடைந்தாள்.

"கல்யாணம் நடக்குமான்னு தெரியல."

"ஏன்?"

"எங்க அத்தையோட பையனுக்குத்தான் என்னைக் கல்யாணம் பண்றதா சின்ன வயசில இருந்தே சொல்லி வந்தாங்க. சரியா நகைலாம் போடமாட்டம்னு தெரிஞ்சதும் கொஞ்சம் விலகியே இருந்தாங்க. அப்பாதான் அப்பப்ப என் கல்யாணத்தப்பத்தி ஞாபகப்படுத்திட்டு வருவாரு. சுமதி போயிட்டதால அவங்களுக்கு நல்ல சாக்கு. தட்டிக் கழிக்கப் பாக்கறாங்க."

"அப்ப விட்ற வேண்டியதுதானே?"

"சுமதிதான் இப்படிப் பண்ணிட்டா. எனக்காவது கௌரவமா ஒரு கல்யாணத்தப் பண்ணி, சொந்தக்காரப் பசங்க மத்தியில கலக்கணும்னு சொல்றாரு"

"ம்..."

"இப்படி வலுக்கட்டாயமா போய்க் கேக்கறது எனக்கு தான் மானம் போவுது. எங்கப்பா என்னடான்னா மானம் வரப் போறதா நினைக்றாரு."

"ம்!"

இது குறித்து வலிந்து ஏதும் கருத்துச் சொல்ல நான் விரும்ப வில்லை. அவ்வப்போது "உம்" கொட்டிக் கொண்டிருப்பதே சாலச் சிறந்ததாக நினைத்தேன்.

18

"நானும் சுமதி மாதிரி முடிவெடுக்கலாம்னு பாக்றேன்" என்றாள்.

"உங்கப்பா தாளமாட்டார். மறந்திட வேண்டியதுதான்."

"பின்ன என்ன? ஒரு சுதந்திரம் இல்லாம, இவர் சொல்றபடியெல்லாம் தலையாட்டி, இவர் சொல்ற இடத்தில் கழுத்த நீட்றதுக்கு நா என்ன அடிமையா? இன்னொருத்தர் இஷ்டப்படி நா வாழறது எதுக்கு? ஒரு டி.வி. கிடையாது; ஒரு ரேடியோ கிடையாது; சினிமா இல்ல; ஒரு பத்திரிகை படிக்கக் கூடாது. கூட வேலை செய்ற பொண்ணுங்கல்லாம், அர்ஜுன் படம் பாத்தியா ஆறுமுகம் படம் பார்த்தியான்னு கேக்றாங்க. எனக்கு ஒண்ணும் புரியல."

இந்த சொற்றொடர்களை எத்தனையோ முறை அவளுள் சொல்லிப்பழகியிருக்க வேண்டும். வாய்விட்டுச் சொல்ல பயமும், கூச்சமும் அதிகம் இருந்திருக்கும். ஒரு வேகத்தில் வாத்தைகளெல்லாம் வெளியே வர, என் முகபாவம் கண்டு அவள் நிறுத்திவிடக் கூடாதென்று தலையைக் குனிந்தபடியே கேட்டுக் கொண்டேன். இடைவெளியில் நிமிர்ந்தபோது, கண்களைத் துடைத்துக்கொண்டேன்.

வெளியே ஒரு உலகம் இருப்பதை உணர்ந்து விட்டதால் ஏற்பட்ட விளைவு. நடைமுறையில் இருக்கிற உலகம் வித்தியாசமானதாகவும், வெளிச்சமாயும் இருப்பதைக் காணாத வரை அடங்கியிருப்பது இவளுக்கு ஒரு துன்பமாக இருந்திருக்காது.

சென்னையில் டி.வி. இல்லாத வீடும் உண்டோ? என்ற நிலை வந்தாகிவிட்டது. இவள் வீட்டிலே பதினெட்டாம் நூற்றாண்டுக்குப் பிற்பட்ட கருவிகளை, பொருள்களை அனுமதிக்காத அப்பா. ஒரு சராசரிப் பெண்ணுக்கு மற்றெல்லா உரிமைகளைவிட டி.வி.

அவசியம்.

“சினிமான்னா எந்த சினிமாவும் பார்த்தது இல்லையா? ஈவன் பக்த பிரகலாதா?”

“தசாவதாரம் கூடப் பார்த்திருக்கேன்” என்று சிரிக்க முயன்றாள். “எப்பயாவது ஊரிலிருந்து ரிலேஷன்ஸ் வந்தா ‘பாசமலர்’, ‘கல்யாணப்பரிசு’ எதுக்காவது அனுப்பி வைப்பார். எனக்குப் படம் பாக்கணும்னு கூட ஆசை இல்ல. இவர் தீர்மானிக்கிறாரே... அதுதான் பிடிக்கல...”

இந்தப் ‘பகிர்ந்து கொள்ளல்’ அவளுக்கு ஆதரவாய் இருந்திருக்குமென்று நம்பினேன், எனக்கேனும் ஒரு அசோகன், பாலகிருஷ்ணன் சார்.

வீட்டில் சுதந்திரம் தான் இல்லையே தவிர என்னை யாரும் அடிமைப்படுத்துவதில்லை. தீர்மானிப்பதில்லை.

“உங்க வீட்லதான் டி.வி. இல்ல. குடித்தனக்காரங்க வீட்ல கூடவா இல்ல?”

“இருக்குது. அப்பாவுக்குத் தெரியாமத்தான் பார்க்கணும், அடுத்த வாரம் ‘அருள் தரும் ஐயப்பன்’ போட்றாங்க. அதப்பாத்தா ஒண்ணும் சொல்லமாட்டார்.”

“அப்ப “கைகொடுப்பாள் கற்காம்பாள்” பார்த்தீங்கன்னு சொல்லுங்க.”

“உங்க வீட்ல இருக்கா?”

“பணம் இல்லாததற்கு சந்தோஷப் பட்றேன்னா அது இந்த ஒரு விஷயத்துக்காகத்தான். டி.வில இருந்து தப்பிச்சேன். நம்ம ராஜசேகர் சார் வீட்ல இருக்கு, அப்பப்ப என்ன படம்னு மட்டும் விசாரிப்பேன்.”

“எந்த ராஜசேகர்?”

“டெலகிராப்ல இருக்காரே... ஓ... நீங்க காலிப் பண்ணிட்ட பிறகுதான் அவர் குடித்தனம் வந்தாரு... என்னது கிழக்கதை பேசிகிட்டிருக்கிறோம்... போலாமா?” என்றேன்.

“மறுபடி எப்ப பார்க்கலாம்?”

“எப்ப பாக்கலாம்னா? எப்ப பாக்க நேருதோ அப்ப பாக்கலாம். பாக்கறது ஒரு வேலையா?... இதபார் நீலா என்னைப் பொறுத்தவரைக்கும் நீ ஒரு ஃபிரண்ட். எத்தனையோ பையனுங்ககிட்ட பேசற மாதிரி உங்கிட்ட பேசிட்டிருக்கிறேன். மறுபடி எப்ப மீட் பண்லாம்? எப்படி மீட் பண்லாம்லா வேணாம்.”

“நா ஒரு ஃப்ரண்டுனு சொன்னீங்க. சரி... பையன் மாதிரினு சொன்னீங்களே அது எப்படி?”

“...................”

“பையன் மாதிரி இருக்கனான்னு கேக்றேன்?”

“அப்படி சொல்ல முடியாது” என்றே சற்று கூர்ந்து நோக்கியபடி,

“பின்ன எப்படி?”

“சொல்லவா?”

“....ம்...”

“பையன்னா ஏதாவது ஒரு சந்தர்ப்பத்தில தோள்மேல கைய போட்டுக்குனு உலாத்தியிருப்பன்.”

“அப்ப நா ஒரு பெண் என்ற கான்சியஸ் இருக்கில்ல?.....”

“சைக்காலஜிய எடுக்காத. விலங்கா இருந்தா இனப் பெருக்க நேரத்தைத் தவிர மத்த நேரங்கள் பால்பாகுபாடு இல்லாமதான் இருக்குதுங்க. எங்க ஆயா வீட்டுமாடுகளை மனசுல வெச்சு சொல் றேன். மனிதர்கள்ல ஆம்பளையா பொறந்தவன் சாகிறவரைக்கும் ஆம்பளைதான். பொம்பளை சாகிற வரைக்கும் பொம்பளைதான். அந்த கான்சியஸ்ல இருந்து தப்பி வாழ முடியாது. எத்தனையோ ஆயிரம் வருஷமா அப்படி வந்தாச்சு. ஒரு நாள்லயோ, ஒரு ஜெனரேஷன்லயோ போகாது...”

“அதுபோதும்... ஸி... யூ... அதாவது பாக்கலாம்” என்று சொல்லிவிட்டுப் பேருந்தை நோக்கிப் போகத் துவங்கினாள்.

இவள் புதிய படங்கள் பார்த்ததே இல்லை என்று சொன்னதில் எனக்குச் சந்தேகம் ஏற்பட்டது.

லாரிகளுக்கான பிரதான பாகங்கள் செய்யும் தொழிற்சாலை. முதல் நாள் எனக்கு ‘பம்பர்களுக்கு பிரைமர் அடிக்கிற வேலை கொடுத்தார்கள். ஒரு வாரம் அதில்தான் இருந்தேன். வாரம் ஒரு துறையில் அனுப்புவார்கள் என்று சொன்னார்கள். ஒரு வாரத்திற்குள் பிரைமர் அடிக்கும் வேலை யந்திரத்தனமானதாகவும், அலுப்பூட்டுவதாகவும் அமைந்துவிட்டது எனக்கு. வாரம் ஒரு துறைக்கு மாற்றுவது மந்தத் தன்மையைப் போக்குவதற்காகத் தானோ?

பிரைமர் அடிப்பதற்குப் பிரஷ் ஒன்று கொடுத்திருந்தார்கள். பெரும்பாலும் அவற்றில் முடிகள் இருப்பதில்லை. நானொரு உத்தி செய்தேன். ஸ்டோரில் போய் ‘வேஸ்ட்’ கொஞ்சம் வாங்கி வந்தேன். பெயிண்டில் தோய்த்து எடுத்தேன். அது ஒரு பம்பருக்கு அடிக்கப் போதுமானதாக இருந்தது.

மற்றவர்களுக்கும் அதைப் பின்பற்றத் துவங்கும்போது, சூப்ரவைசர் வந்து அதட்டினான். சின்ன வயசுக்காரன். நானும் சூப்ரவைசரகா இருந்தவன்தான் என்று அவனிடம் சொல்வதற்கு விருப்பமேற்படவில்லை. சொல்லிக்கொள்கிற அளவுக்கு அதில் பெருமை ஏதும் இல்லை.

ஆனால் இவனோ, சுப்ரீம் கோர்ட் நீதிபதி போல நடந்து கொண்டான். நேர்த்தியான ஆடையும், காலணியும், எங்களை அவன் அணுகிய தோரணையும் ‘இதையெல்லாம் எங்கே கற்றுக் கொண்டாய்” என்று கேட்கத் தூண்டியது.

நான் இதர வேலையாட்கள் போலவே லுங்கிதான் கட்டியிருந்தேன். அதுவும் கிழிந்த அழுக்கான லுங்கி. அதை தினமும் கம்பெனியிலேயே வைத்துவிட்டுப் போய்விடுவேன்.

நாய் வேஷம் போட்டாலே குலைக்கத்தானே வேண்டும்?

“வேலை சுளுவா இருக்குது சார்” என்றேன்.

‘காதில் போட்டுக் கொள்ளாதவனாய், “பிரஷ்லதான் அடிக்கணும்” என்றான்.

“பிரஷ்ல ஒண்ணு அடிக்கறதுக்குள்ள இந்த மாதிரி அடிச்சா மூணு அடிக்கலாம் சார்.”

“யோவ் சொன்னாக் கேக்க மாட்டே? மானேஜர் கிட்டே ரிப்போர்ட் பண்ணிடுவேன்.”

“தப்பு இன்னா சார் இருக்குது?”

கூட இருந்தவன், “சரி நீ போ சார். இனிமே பிரஷ்லயே தான் அடிச்சிர்றோம்”என்று தீர்த்து வைக்க முன் வந்தான். “நீ வாய்யா... சும்மா கூட கூட பேசிக்குனு?” என்று என்னை இழுத்தான்.

சூப்ரவைசர், “இன்னா புதுசா? ரூடா பேசறியே.... பெயிண்ட் வேஸ்ட் பண்றாங்கன்னு போய் சொன்னா, இப்பவே தூக்கிடுவாங்க” என்றான்.

‘அடப் பையா!’

“வாணா சார்... வாணா சார்” என்றேன்.

அசோகன் ஜெனரல் சிஃப்ட் மட்டும்தான் வருவார். எனக்கும் ஜெனரல் சிஃப்ட். சாப்பாட்டு வேளையின்போது சந்தித்துக் கொண்டோம். வேலைல ரொம்ப கஷ்டமா இருக்கா?” என்று விசாரித்தார்.

நான் தயிர் சாதமும் எலுமிச்சை ஊறுகாயும் கொண்டு வந்திருந்தேன். அவர் சாம்பார் சாதமும்கூட வாழைக்காய்ப்

பொறியலும். பகிர்த்து கொண்டோம்.

அசோகன் சிரித்துக்கொண்டே, “நம்ம எம்.டி. பிராமின்னு தான் பேர். பன்றிக்கறில இருந்து பாம்புக்கறி வரை ஒண்ணு பாக்கியில்லாமச் சாப்படுவார். இவ்ளோ பேசிட்டு நாம என்னடான்னா?” என்றார்.

“எம்.டி. பிராமினா? நா ஏதோ வெள்ளக்காரன்ல பார்த்தேன்?”

“மெதுவாகப் பேசு... வெள்ளக்காரனேதான். படிச்சது லண்டன்ல, பொண்டாட்டியும் லண்டன்காரி.... கம்பெனிக்கு எப்பவாவது வரும்.”

“பிராமின் மாதிரியே இல்லையே?”

“இதுதான் முதலாளித்துவத்தின் பங்கு. எப்படி இங்கிலீஷ் படிக்கறதே ஒரு காலத்தில் கேவலம் நீஷபாஷைனு ஒதுக்கினாங்களோ அவங்களேதான் அதைச் சீக்கிரமாப் படிக்கவும் தொடங்கினாங்க. கிறாப் வெட்டிகினாங்க. முதலாளித்துவம் கலாச்சாரத்த மாத்தறதுக்கு இதுவே நல்ல உதாரணம்.”

“அதைத்தான் நான் பிராமணீயம்னு சொல்றேன். ஹிட்லர் படைகள் முன்னேற ஆரம்பிச்சதும் மைலாப்பூர்ல பிராமின்ஸ்ங்கல்லாம் ஜெர்மன் படிக்க ஆரம்பிச்ச விஷயம் தெரியுமா உங்களுக்கு?”

“சரி. அப்ப, முஸ்லீம்கள் இந்தியாவில் படையெடுத்து வந்தபோது, பிராமின்ஸ்லாம் உருது படிக்க ஆரம்பிச்சாங்களா?”

‘படிச்சிருக்கலாம்.’

“யூகங்கல்லாம் வேணாம். ரிமார்க்கபிலாத் தெரியற அளவுக்கு ஒருத்தரும் இல்ல. எதிர்த்தா வேணும்னா சொல்லலாம். ஏன்னா அப்ப இருந்தது நிலப்பிரபுத்துவம். அந்த டயம்ல உலகளாவிய மொழியின் அவசியம் இல்ல.”

தகுந்த ஆதாரங்களோடு மடக்க வேண்டும் என்று ஆவேசப் பட்டேன்.

அவர், “பிராமணீயம்லா சும்மாப்பா... அதெல்லாம் ஆட்டம் கண்டு போச்சு... சாதாரணமா எல்லா நாட்லயும் நடக்கிற விஷயத்துக்கெல்லாம் வீணா அவங்கமேல பழி போட்றது முட்டாள்தனம்.”

“நா அன்னைக்குக் கேட்ட கேள்விக்கு உங்க ஜி.பி.ல கேக்கற சொன்னீங்களே கேட்டீங்களா?”

“தோழர் ஒருத்தர் கிட்ட அதபத்தி பேசினேன்.”

“ம்.”

“மனிதர்களை மனிதர்களா மதிக்காத விஷயம் மத்த நாட்ல இல்லனு சொன்னீங்களே.... ஈரோப்ல இருந்து அமெரிக்காவில குடியேறினபோது நிறவெறி காரணமா எழுதுவது சதவீதம் செவ்விந்தியர்களை கொன்னிருக்காங்க. ஆப்பிரிக்காவில் அடக்கு முறை காரணமா கொன்னிருக்காங்க. அதையெல்லாம் பார்க்கும்போது இந்தியாவோட நிலைமை எவ்ளோ பரவால்ல.”

“என்னது பரவால்லயா?”

மணியடித்துவிட்டது.

நான் அசோகனிடமிருந்து விடைபெற்றுக் கொண்ட போது, அந்த சூப்ரவைசர் பையன் என்னையே பார்த்துக் கொண்டிருந்தான். எதேச்சையாக அவன் என்னைக் கவனிப்பது போல இல்லை. சற்று நேரமாகவே அவன் எங்கள் விவாதத்தைக் கவனித்திருக்க வேண்டும்.

நிச்சயம் ஒரு கிரேன் செய்ய வேண்டிய வேலையை ஐந்தாறு மனிதர்களிடம் விடப்பட்டிருந்தது. அவர்கள் அவர்களின் முழு ஆற்றலையும் செலவிட்டு சேஸுகளைத் தூக்கி நீளமான டிராக்டர் டிரெயிலரில் ஏற்றினர்.

அதைத் தூக்கவும், தூக்கிப் போய் டிரெயிலரில் போடவும் கடைசிச் சொட்டு ஆற்றலையும் எடுத்துச் செலவிட ஒரு உத்தி தெரிந்து வைத்திருந்தார்கள்.

நீண்ட சேஸின் ஓரங்களில் வந்து வரிசையாய் நிற்கிறார்கள். ஒரே நேரத்தில் குனிகிறார்கள். ஒரே சமயத்தில் குரல் கொடுக்கிறார்கள்.

“சின்னப் பொண்ணு...”

தூக்கியாகிவிட்டது.

இழுத்துப் பிடித்து மூச்சை வெளியேற்றுகிறார்கள்.

“லேசா தூக்கு...”

பெரிய இரும்புபாளம் அவர்களுக்குச் சின்னப் பெண்ணாம். பார்த்து லேசாகக் கையாள வேண்டுமாம்.

‘சின்னப் பொண்ணு

லேசா தூக்கு.’

சிரித்துக்கொண்டே போய் டிரெயிலரில் தள்ளுகிறார்கள். உடல் சக்திக்குச் சமமான உள சக்தியைச் செயல்படுத்துவதாக உணர்ந்தேன்.

நிச்சயமாய்,

“வீட்டுக்கொரு...

மரம் வளர்ப்போம்' என்று சொல்லிக்கொண்டு இவர்களால் இதைத் தூக்கவே முடியாது.

பதினாறு வயதுப் பெண்ணைத் தூக்குகிற தன்மையோடு ஒரு இரும்புப் பாளத்தைத் தூக்க நினைப்பது எப்பேர்ப்பட்ட மோசடி?

தனபால் ஆனந்தமாய்த் திரும்பி, "இன்னும் ரெண்டு குட்டி தாண்டா இருக்குது... தூக்குடா" என்றான்.

"ரெண்டையும் ஒண்ணாத் தூக்கிடலாமா?"

"டேய்... ஒரு சமயத்தில ஒரு குட்டிய ஒழுங்கா கவனிடா போதும்."

19

மாலை சைக்கிளில் நானும், அசோகனும் திரும்பிக் கொண்டிருந்தபோது, இது பற்றிச் சொன்னேன். "உலகத் தொழிலாளர்களே ஒன்று சேருங்கள் மாதிரி சொல்றாங்க சார்... ஸ்லோகன் தான் போங்க".

"அந்தக்காலத்தில்கலைஎன்பதுஉழைப்போட சம்பந்தப்பட்டதாதான் இருந்தது. இப்பதான் அது ஒரு தனித் தொழிலாய் போயிடிச்சு..."

அசோகனிடம் எதைப்பற்றிப் பேச்செடுத்தாலும் அது தவிர்க்கவியலாதவாறு மார்க்சியம் பக்கம் போய் விடுகிறது.

கலை, இலக்கியம் பற்றிப் பேச்சு வந்ததில், இராமாயணம், மகாபாரதம் பற்றியும் பேச்சு வந்தது. நான் அவற்றைக் கொளுத்த வேண்டும் என்று சொல்ல, அவரோ பண்டைய கிரேக்க இலக்கியத்தோடு ஒப்பிட்டுச் சொல்லிக்கொண்டு வந்தார்.

நான் சமயம் பார்த்து, இப்படிக் கேட்டேன்.

"அப்போ... அதில இருந்து நாம தெரிஞ்சுக்க வேண்டிய விஷயம் இருக்கின்றீங்களா?"

"இருந்தாலும் அது மலத்தில் அரிசி தேட்ற வேலை..."

சிரித்தார், "பெரியார் சொன்னதா?"

"ஆமா."

"உன்கிட்ட பெரியார் பற்றி துணுக்கு நிறைய இருக்குப்பா."

"இன்னொண்ணு சொல்லட்டுமா?"

"ம்."

"இப்படிதான் ஒருத்தர், மகாபாரதத்தில் எல்லாம் இருக்கு.

ராமயணத்தில் எல்லாம் இருக்குனு சொல்லிக்குனு இருந்தாராம். பெரியார் கேட்டாராம், 'ஏன்யா பல்லு வலிக்கு மருந்து இருக்கான்னு,"

" அது சரி புராணத்தையும், கடவுளையும் தொடர்ந்து எதிர்த்துப் பேசறதால என்ன பிரயோஜனம்? மனித வர்க்கத்துக்கு, வளர்ச்சிக்கு, விஞ்ஞான பூர்வமான விஷயத்தை முன் வைக்க வேணாமா?"

"அதையுந்தான் செய்றாங்க."

"சரி என்ன செய்றாங்க... இப்பவும் ஆபாச ஐயப்பன்னு மீட்டிங் போட்றாங்க. இல்லாட்டி பாஞ்சாலியும், சீதையும் வேசிகள்னு பட்டி மன்றம் போட்றாங்க... இதெல்லாம் என்னது? என்னமோ தியேட்டர்ல சரியா ஜனங்கள் வரலைனா ஒரு மாதிரியான படம் ஓட்டுவானே அந்த மாதிரியில்ல மீட்டிங் போட்டு ஜனம் சேக்றாங்க?"

"....."

"வெறும் பெரியார் பத்தி துணுக்கு சொல்லிட்டா மட்டும் போதாதுப்பா."

"............"

"அப்புறம் அதபத்தி ஒண்ணுமே சொல்லலையே? ஜாதிக் கொடுமையைவிட மோசமா மேல் நாடுகள்ல இனவெறிங்கிற விஷயம் இருந்திருக்கே. நம்ம ஊர்ல மட்டும்தான் இந்த கேவலம்னு சொன்னயே?"

"உலகம் பூரா இருக்கு, இங்கயும் இருக்கு. ஆனா இங்க மட்டும்தான் அது. மதரீதியான ஒப்புதலோட இருக்கு- தாழ்த்தப்பட்டு கிடக்கிறவனே ஏத்துகிட்டு வாழறான்."

"நோ... நோ....மார்க்ஸ் நிறவெறி பத்தியும், இன வெறி பத்தியும் உணர்ந்திருந்தார்னு சொல்ல வரேன். இதெல்லாம் அவருக்கு தெரிஞ்சே இருக்காதுன்னு இல்ல நீ சொன்னே?"

"நிறவெறிக்கும் ஜாதிவெறிக்கும் வித்தியாசம் இருக்கு சார். ஒரே மண்ல ஒரு தெருவுல பக்கத்து பக்கத்து வீட்ல இருக்க வனுக்குள்ள ஜாதிங்கற விஷயம் ஏற்றத் தாழ்வையும், இழிவையும் ஏற்படுத்தி வெச்சுடுதே?"

அசோகன் குழப்பமாக எதையோ சொல்லிவிட்டு, ஆப்ரிக்கால நடக்கிற நிறவெறிய பத்தி ஒரு புஸ்தகம் கொடுத்தார். அதில முதல் பக்கத்தில் ஒரு கவிதை போட்டிருந்தார்கள்.

'யேசுவே - நீர்

மீண்டும் உயிர்த்தெழுந்தால்

கருப்பராகப் பிறக்காதீர்;

ஏனென்றால்

மீண்டும் சிலுவையில்

அறையப்படுவீர்!'

"யேசுவுக்கே அந்த கதியா?"என்றேன்.

இருந்தாலும் அவர் இன்று எனக்கு சரியாகவே பதில் சொல்லவில்லை. தொய்ந்துவிடக் கூடாதென்பதில் ஜாக்கிரதையாக இருந் தேன். விவாதத்தில் நான் வெற்றி பெற வேண்டும் என்பது என் நோக்கமாக இருக்கக்கூடாது. ஏனென்றால் கேவலம் கௌரவத்திற்காக நான் விஷயங்களை இழக்கத் தயாராக இல்லை.

மதியம் சாப்பிட்டு விட்டு ரேடியோவில் தாய்ப்பால் அவசியம் பற்றி மாதர் சங்க நிகழ்ச்சியில் சொல்வதைக் கேட்டுக் கொண்டி ருந்தேன். மிகவும் அரிதாகத்தான் மதிய நேரங்களில் வீட்டில் இருப்பேன். அப்படி இருக்கும்போது அரிதாகவே ரேடியோ வைப்பேன். ஆனால் தவறாமல் தாய்ப்பால் பற்றித்தான் ஒரு பெண்மணி பெருமையடித்துக் கொண்டிருந்தாள்.

தாள முடியவில்லை.

காலை ராஜசேகர் வீட்டு டி.வியில் மகாபாரதம் ஒளி பரப்பியதை வீட்டில் இருந்தே ஒலிச் சித்திரம் போலக் கேட்டேன்.

என்னுடைய இந்தி அறிவு மிகவும் மோசமான நிலையில் இருப்பது ஒரு புறம் இருக்கட்டும். வசனங்களில் செயற்கைத் தன்மையை உணர முடிந்தது.

பேச்சுக்குப் பேச்சு யாரோ 'அஸ்தினா புர்மே, அஸ்தினா புர்மே' என்று சொல்லிக் கொண்டிருந்தார். இல்லாவிட்டால், 'குந்தி புத்ர...'

ஒரு பத்திரிகையில் சுஜாதா பதில் அளித்திருந்தார், டி.வி. மகாபாரதம் பற்றி; "சலூனெல்லாம் காலியாக இருக்கிறது. மகாபாரத நேரத்தில் முடிவெட்டிக் கொள்ளலாம்" என்று.

இதையெல்லாம் நோட்டீஸ் அடித்து தெருத் தெருவாக ஒட்ட வேண்டும். வடநாட்டில், ஏதோ ஒரு ஸ்டேஷனில் ரயிலை நிறுத்திவிட்டு மகாபாரதம் பார்த்திருக்கிறார்கள். ராமாயண நேரத்தில் 'கரண்ட் கட்' ஆனதால் டிரான்பாரத்தை உடைத்து நொறுக்கியிருக்கிறார்கள்.

ஒரு சிகரெட் பிடிக்கலாம் போலத் தோன்றவே தாய்ப்பாலை நிறுத்திவிட்டு வெளியே வந்தேன்.

பாலகிருஷ்ணன் சார் அந்த சமயம் பார்த்து "என்னப்பா

ஆளையே காணோம்” என்று விசாரித்தார்.

‘தாய்ப்பாலில் இருந்து தப்பித்து பாலகிருஷ்ணன் சாரிடம் அகப்பட்டுக் கொண்டோமோ?’

இப்போது வேலைக்குப் போய்க்கொண்டிருப்பது பற்றியும், அசோகன் மற்றும் மார்க்சியம் பற்றியும் சொன்னேன்,

தவறான பாதைக்குப் போய்விட்டதுபோல், அவர் முகம் சுளித்ததை உணர முடிந்தது. அசோகனைப்பற்றிக் குறிப்பிட்டு விசாரித்தார்.

“அந்தாளு கிராஸ் பெல்ட்டானு பாத்தியா?”

“தெரியாது சார்.”

“அதை முதல் கவனி. பார்ப்பன கம்யூனிஸ்ட்டுகள் பற்றி மின்சாரம் எழுதின புஸ்தகம் படிச்சிருக்கியா?”

“இல்ல.”

“குடுக்றேன். படிச்சிப்பாரு. ஒரு கம்யூனிஸ்ட்னா கடவுள் மதம் பத்தி ஒழுங்கா தெரிஞ்சு வெச்சிருக்கணுமில்ல? கருத்து முதல் வாதம், பொருள் முதல் வாதம்லா வாய்கிழியப் பேசறானுங்களே நம்பூதிரிபாட் கோயிலுக்குப் போறாரு... நம்பூதிரினாவே மேல் ஜாதி. அத மொதல்ல பேர்ல இருந்து எடுக்கணும் இல்ல?...”

“கோயிலுக்குப் போறாரா?”

“....ம்... பொண்டாட்டிக்கி கடவுள் பத்தி உண்டாம். அதனால இவரும் கூடப்போயிட்டு வந்தாராம்.”

“நிஜமாவா?”

“பொண்டாட்டியத் திருத்த முடியாதவன் நாட்டை எங்க திருத்தறது?... இன்னைக்குத்தான் பழைய குடியரசு பத்திரிகை ஒண்ணு படிச்சேன். ஆயிரத்தித் தொள்ளாயிரத்தி முப்பத்து மூணுல பெரியார் எழுதின தலையங்கம், அவர் பொண்டாட்டி இறந்து போனது பத்தி எழுதியிருக்காரு. படிச்சுப் பாரு....”

பழைய பேப்பர் கட்டுகளைப் பிரித்து தூசுதட்டி எடுத்துக் கொடுத்தார்.

‘எனதருமைத் துணைவி, ஆருயிர் காதலி நாகம்மாள் 11.5.1933-ந் தேதி மாலை 7-45 மணிக்கு ஆவி நீத்தார். இதற்காக நான் துக்கப்படுவதா? மகிழ்ச்சி அடைவதா?....

...நாகம்மாள் மறைந்தது எனக்கு ஒரு அடிமை போயிற்றென்று சொல்லட்டுமா? ஆதரவு போயிற்றென்று சொல்லட்டுமா?... எது எப்படி இருந்தாலும் நாகம்மாள் மறைவு ஒரு அதிசயக் காரியமல்ல.

நாகம்மாளை அற்ப ஆயுள்காரியென்று யாரும் சொல்லிவிட முடியாது... நாகம்மாள் செத்ததை ஒரு துக்க சம்பவமாகவும், ஒரு நஷ்ட சம்பவமாகவும் கருதாமல், அதை ஒரு மகிழ்ச்சியாகவும், இலாபமாகவும் கருதவேண்டும் என்றே நான் ஆசைப்படுகிறேன். ஆசைப்படுவது மாத்திரமல்லாமல் அதை உண்மையென்றும் கருதுகிறேன்.

...இனி இருக்கும் வாழ்நாள் முழுவதையும் சங்கராச் சாரியாரிகள் போல... சுற்றுப் பயணத்திலேயே இருக்க வேண்டும் என்றும் நமக்கென்று ஒரு தனி வீடோ அல்லது குறிப்பிட்ட இடத்தில் நிரந்தரவாசமோ என்பது கூடாதென்று கருதி இருந்தது உண்டு.

இப்போது அந்தத் தடை இல்லாமல் போனது ஒரு மகிழ்ச்சிக்குரிய காரியமாகும். ஆதலால், 'நாகம்மாள் முடிவு நமக்கு நன்மையைத் தருவதாகுக.'

படித்துவிட்டு- ஏனென்று தெரியவில்லை மிகவும் மெதுவாக அவர் முன் வைத்தேன். உணர்ச்சிவசப்பட்டு விட்டோமோ என்று நினைத்தேன்.

"அந்தாளு பெண்டாட்டிக்காக கொள்கையை விட்டுட்டான். இந்தாளு கொள்கைக்காக பொண்டாட்டிய விட்ர்றான். செத்துப் போனது ரொம்ப சந்தோஷம்னு சொல்றான்யா. அதுக்குனு ஈவிரக்கமில்லாதவன்னு நினைக்காதே, ஒரு முறை..."

"தெரியும் சார்."

"கம்யூனிசம் சரியானதா இருக்கலாம். கம்யூனிஸ்ட்டுங்கன்னு சொல்லிக்கிறவங்க எந்த அளவுக்கு சரியானவங்கன்னு தெரியல."

"கம்யூனிசம் சரின்னா இவரே ஏன் கம்யூனிஸ்ட் கட்சி துவங்கல?"

"இந்தியால கம்யூனிஸ்ட் கட்சிலாம் ஆரம்பிக்கறதுக்கு முன்னா டியே பெரியார் ரஷ்யா போய் பார்த்துட்டு வந்துட்டார். ஸ்டாலி னைப் பார்க்கிறதுக்குக்கூட ட்ரைப் பண்ணியிருக்கார். முடியல. முதன்முதல்ல தமிழ்ல கம்யூனிஸ்ட் கட்சி அறிக்கையை டிரான்ஸ் லேட் பண்ணி வெளி யிட்டதே பெரியாரும், சிங்காரவேலரும்தான்"

"அப்படியா?"

"தமிழ்நாட்ல... ஏன் இந்தியாவிலே உண்மையான கம்யூனிஸ்ட் கட்சி தி.க.தான்."

மண்டை காய்ந்தது.

இருவருமே பொய் சொல்கிறார்களா? அல்லது இரண்டு நிஜமா? அல்லது இந்த இரண்டுக்கும் வெளியே தான் நடைமுறை உலகம் இருக்கிறதா!

வர்க்கமா? வர்ணமா என்ற குழப்பம்.

இரு தரப்பு வாதங்களையும் எந்த நீதிபதியிடம் முன் வைப்பது? மார்க்சியத்தில் மட்டும் நூற்றுக்கணக்கான குழுக்கள் இருக்கிறதாம். கொடுமை!

மக்கள் மனதில் ஊறிக்கிடக்கிற அறியாமையையும், தாழ்வு மனப்பான்மையையும், கோழைத்தனத்தையும் ஒழிப்பதுதான் இந்த நாட்டிற்கு உகந்த விமோசனமாக இருக்குமென்று பட்டது.

ஆயா இறந்ததும், மாடு கன்றுகளையும், இடத்தையும் இரண்டு லகரங்களுக்கு விற்றுத் தாத்தா அந்தப் பணத்தை இதுநாள் வரை என்ன செய்தார் என்று தெரியாமல் இருந்தது. அவர் முதல் பெண்ணின்- பெரியம்மாவின் - வீட்டில் இருந்து வந்தார். அவர் அந்த வீட்டில் தங்கியிருந்ததற்குச் சொல்லிய காரணம், எங்கள் வீட்டில் இடம் போதாது என்பதுதான். கொஞ்ச நாளில் பெரியம்மாவுடன் ஏதோ மனஸ்தாபம் ஆகி மாமா வீட்டில் போய்ச் சேர்ந்தார். அவ்வளவுதான் கொஞ்ச நாளில் என்ன சொக்கு பொடி விவகாரம் நடந்ததோ? அவருக்கு இரண்டு பெண்கள் இருக்கின்றனர் என்ற விஷயத்தையே மறந்து போய்விட்டார்.

இவர்களும் அவ்வப்போது அங்கு சென்று நினைவூட்டிக் கொண்டிருந்தனர்.

“வயசாயிடுச்சி. பஸ்ல ஏறி இறங்க முடியல” என்றும், “கண்ணு சரியா தெரியல” என்றும் வர முடியாமைக்கு விளக்கம் சொன்னார்.

மாமி ஒரு முறை, “பணத்திற்காக நாய் மாதிரி ஓடியாறாளுங்க” என்று சொல்லிவிட்டதால் இவர்கள் அங்கு போவதை நிறுத்திக் கொள்ள, ஒரு வருஷத்துக்குள் மாமா புதிதாக ஆடம்பர வீடு கட்டத் துவங்கியிருந்தார்.

பெண்கள் இருவரும் பதறிப்போய், நேரடியாகப் பணம் குறித்துப் பேசுவதற்குப் போயினர். தாத்தா படுத்த படுக்கையாய் இருந் திருக்கிறார். கடைசித் தருணம்.

மாமன், “பணம்லா இல்ல.. இது வரைக்கும் இவரை வெச்சிக் காப்பாத்தினதுக்கே எல்லாம் சரியாப் போச்சு. பணம் கிணம் கேட்டுக்னு உள்ள வராதீங்க” என்று சொல்லியனுப்பியிருக்கிறார்.

மகள்கள் இருவரும் கூட்டணி சேர்ந்து முழுமூச்சாய் வக்கீலை அணுக, நான் அது குறித்து கவனம் செலுத்தாததால் அம்மா என் மேல் கோபத்தில் இருந்தாள்.

அந்தப் பணம் குறித்து ஏதோ கொஞ்சம் விருப்பம் இருக்கத்தான் செய்தது. அதற்காகச் சுற்ற ஆரம்பித்தால் வேலைக்குப் போக முடியாது. மாயமானைத் தேடி, வாரம் எண்பது ரூபாய்க்குக்

குறை வில்லாமல் கிடைக்கும் இந்த வேலையும் போய்விடுமென்று பயமாக இருந்தது.

வேலைக்குப் போக ஆரம்பித்து, முடிவெட்டிக் கொண்ட தையும், சைக்கிளுக்கு ஃபோக்ஸ் மாட்டியதையும் குறிப்பிடும்படியாகச் சொல்ல வேண்டும். அடுத்த சனிக்கிழமைக்குள் ஒரு மாத வீட்டு வாடகையாவது கொடுக்க முடியும். அதன் பிறகு சமாளித்து விடலாம். அப்பாவுக்கு வாட்ச்மேன் வேலை கிடைத்துவிட்டது. முன்னூறு ரூபாயாவது கொடுப்பார்கள் என்று நினைக்கிறேன். அதன் பிறகு வசந்தம்தான். இடையில் மாயமான் கொஞ்சம் கிட்டினால் சொல்லவே வேண்டாம்.

தாத்தா ஏன் இவ்வளவு இரக்கமற்றவராகப் போனார் என்பது தெரியவில்லை. மாமி இல்லாததும், பொல்லாததும் சொல்லி யிருக்கலாம். மாமனுக்கு ஏன் இப்படியாகிவிட்டது? முதன் முதலாய் ப்ரூஸ்லி படம் வந்தபோது ரிஸர்வேஷன் செய்து கொண்டு வந்து பிரியமாய் அழைத்துப் போனவர்தானே? எத்தனை படங்கள் தாத்தாவுக்கும், ஆயாவுக்கும் தெரியாமல் நள்ளிரவில் போய் வந்திருப்போம்? பத்துமணி இரவில் சத்தமில்லாமல் சைக்கிளை வெளியே எடுக்கும் நிகழ்ச்சிகள் இப்போதும் அமைதியாக ஞாபகம் இருக்கிறதே? மாமா என்ன மறந்தா போனார்.

ஒருமுறை மாமனை வழியில் பார்த்தபோது, "என்ன மாமா வீடெல்லாம் கட்டியாச்சா? எத்தனை சதுரம்?" என்ற ரீதியில் கேட்டேன்.

நான் வக்கீலிடம் சொல்வதற்காகத்தான் தகவல் கேட்பது போல, "நீயாவது மத்தவன் பணத்திற்கு ஆசைப் படாம... உழைச்சி முன்னுக்கு வரத்துக்குப் பார்றா..." என்று அறிவுரை சொல்லிவிட்டுப் போனார்.

ஆயா செத்துப் போனது மாபெரும் துக்கம். இவ்வளவு விஷயம் நேர்ந்து போனதற்கும் அதுதான் காரணம் என்பதற்காக மட்டுமல்ல.

பிரியமானவள். போகும்போதெல்லாம் யாருக்கும் தெரியாமல், இப்படியும், அப்படியும் பார்த்தபடி, பத்து, அம்பதைப் பாக்கெட்டில் சொருகிவிட்டு, "வெச்சுக்க நைனா" என்று சொல்லிவிட்டுப் போவாள். இந்த மாதிரி சில டச்சிங் ஞாபகங்கள்தான் நான் சொன்ன மாபெரும் துக்கம்.

பெரியார் என்னடான்னா, நாகம்மை செத்துப் போனதை இந்த மாதிரிப் பெரிய தொல்லையில் இருந்து விடுதலை கிட்டியது என்று எழுதுகிறார். என்னுடைய அடிமை அற்றுப் போனாள் என்கிறார். செத்துப்போனது இன்பமானதும் ஆகும் என்றார். தா.... ஈரோப்பியன்காரனுங்க பிச்சை வாங்கணும்.

மார்க்ஸ் கூட அப்படித்தானாம். இவர் பாட்டுக்கு லைப்ரரிக்குப் போறேன். புஸ்தகம் எழுதறேன்னு திரிந்து கொண்டிருந்தபோது, அவர் அப்பா, பையனின் வாழ்வு இப்படியாகிவிட்டதே என்று கண்ணீரும், கம்பலையுமாய்க் கடிதமொன்று எழுத, அதை அப்படியே கிழித்து பைப்பினுள் போட்டு பீடிக்கு ஆச்சு என்று புகைக்க ஆரம்பித்திருக்கிறார்.

நிலைமையோ மோசம். குழந்தை பிறந்தபோது தொட்டிலும் வாங்க முடியவில்லை. பட்டினியில் குழந்தை செத்துப் போனபோது சவப்பெட்டியும் வாங்க முடியவில்லை என்று கதறுகிற அளவுக்கு நிலைமை மோசம். அரைப் பட்டினி, கால்பட்டினி என்று தினம் தினம் நாடு கடத்தப் பட்டு...

என்ன இவர்களுக்கெல்லாம் உடம்பு உள்ளே ஏதாவது ஆவி புகுந்து கொண்டு இப்படியெல்லாம் ஆட்டியதா?

ஒருத்தருக்கொருத்தர் சளைக்காமல் தியாகம் பண்ணியிருந்தார்கள். நான் கேஸ் விஷயமாகக் கவனிப்பின்றி இருப்பதற்காக என்னை இந்தப் பாடுபடுத்துகிறார்கள். அவர்கள் என்னடா வென்றால் சராசரி மனித உணர்வுகளே இழந்து விட்டவர்கள் மாதிரி இருக்கிறார்கள்.

பாலகிருஷ்ணன் சாரும், அசோகன் சாரும் பண்ணிய கூத்தில், நான் யாருடைய தியாகம் சிறந்தது என்று எடை போடுகிற அளவுக்கு ஆயிருந்தேன். அது ஒரு சிறந்த முறையில்லை என்று நினைத்தேன்.

இது இரண்டையும் அப்படியே... 'ஆம்' ஆண்டுபோல விட்டு விட்டு வேறெதாவது தேடலாமா? சரித்திரப் பாடம் படிக்கும்போது, பாபர்... ஆம் ஆண்டு படையெடுத்தார் கர்சன் பிரபு... ஆம் ஆண்டு இந்தியாவுக்கு வந்தார் என்று படிப்பேன். வருடங்களை நினைவில் நிறுத்தவில்லை. வருஷங்களை ஒரு முறையும் ஞாபகம் வைத்துக்கொண்டதில்லை. அது சுதந்திரம் வாங்கிய வருடமாக இருப்பினும்.. ஆம் ஆண்டு சுதந்திரம் கிடைத்தது அவ்வளவுதான். பி.ஏ. படிக்கிறதுகூட இந்த வகையில் கஷ்டம்தான்.

...ம்...இதிரண்டையும் அப்படிவிட்டு விட்டு, முதலில் பின்பற்றப் போகும் இஸங்களைத் தேர்வு செய்துவிட்டு பின்பு பின்பற்றத் துவங்குவதுதான் சரியா? ச்சே... கோடி இஸங்கள் இருக்கின்றன.

சுகுமாரிடம் போய் ஃப்ராய்டிஸம் பற்றிப் பேசலாமா?

எங்கள் வீட்டில் கேஸ் விஷயமா அலைவதில் ஃப்ராய்டின் கண்ணோட்டமென்ன? மார்க்ஸ் என்றால் தனிச் சொத்துடமை பற்றிச் சொல்வார். அல்லது சொந்தத் தகப்பன் மீதே கேஸ்

போடுகிற அளவுக்கு முதலாளித்துவம் மனிதத் தன்மையை சேதப்படுத்தியிருக்கிறது என்றெல்லாம் பக்கம் பக்கமாய்ப் பேச முடியும்.

நான் அடக்க மாட்டாமல் சிரித்தபோது அம்மா ஒரு முறை முறைத்துவிட்டுப் போனாள்.

நீலா இப்படி மாறிப்போனதும் கூட மார்க்சியப்படி பொருந்துகிறது. பாவிப் பெண். அவளுக்கு அறிமுகமான ஒரே ஆண் என்பதால் என்னையே காதலிக்கத் திட்டம் போட்டிருக்கிறாள்.

'பார்ப்போம்'... சீ யூ.'

பார்ப்பதெற்கெல்லாம் டயமில்லை. வேலைக்குப் போகிறேன் என்று சொல்லிவிட வேண்டும். சொல்லக்கூட வேண்டியதில்லை. பேசாமல் விட்டுவிட்டாலே கொஞ்ச நாளில் மறந்து போவாள். வாழ்க்கை அவளுக்கு வேறொருவனை அறிமுகப்படுத்துவதற்கு வாய்ப்பில்லையா என்ன?

நீலாவுக்கு நூறு வயசுதான்?

இப்படியான நேரத்தில் திடீரென்று பரமசிவம் புன்முறுவலாய் எங்கள் வீட்டினுள் நுழைந்தார். நீலாவுக்கு பதிலாகப் பரமசிவம் வந்ததாலும் நீலாவுக்கு நூறு வயசு தானோ? என்று தெரியவில்லை.

"இன்னாப்பா வேலைக்கு போகலையா?... எட்டி கூடப் பாக்கல... மறந்துட்டீங்களா?" என்றார் என்னையும் அம்மாவையும்.

"இன்னைக்கு லீவ்... எங்க... வேலை சரியா இருக்கு" நான் அம்மாவுக்கும் சேர்ந்தாற்போல ஒரே வாக்கியத்தில் சொன்னேன்.

"தம்பி ஒரு முறை வந்தது" என்றார்.

அம்மா, "எப்படா... சொல்லவே இல்லையே?" என்றாள்.

"அது ஒரு ரெண்டு மாசம் இருக்குமில்ல?"

"இருக்கும்."

"என்ன இவ்ளோ தூரம் வந்தீங்க.. நீங்களும்தான் வர்ரதே இல்ல. பசங்கள்லாம் எப்படி இருக்காங்க?"

"எல்லாரும் சௌக்கியம். பெண்ணுக்கு வர்ற அஞ்சாந் தேதி நிச்சயதார்த்தம் வெச்சிருக்கோம்."

"நீலாவுக்கா? நீலா வர்றதே இல்ல. எவ்ளோ நாளாச்சுப் பாத்து?"

"வரச் சொல்றேன். காலைலயே வெச்சிருக்கோம்."

"அப்படியா பையன் சொந்தமா? அசலா?"

" அயலார் தான்."

“ஏன்?”

“ப்ராப்தம் எப்படி இருக்கோ அப்படி ஆகுது. நம்ம கையிலயா இருக்கு?”

“அது சரி.”

“அந்தப் பொண்ணுதான் அப்படி பண்ணிட்டா இவளுக் காவது நாலெடத்தில சொல்லி கௌரவமான கல்யாணத்தப் பண்ணுவோமேன்னுதான்.”

“எந்தப் பொண்ணை சொல்றீங்க?”

“சுமதியத்தான்.”

“அவ என்ன பண்ணிட்டா?”

“விஷயமே தெரியாதா? கொஞ்சம் நஞ்சம் மானம் மரியாதையோட வாழறதையும் இல்ல கெடுத்துட்டா? எவனையோ ஒரு பையனை சகவாசம் பண்ணிக்குனு ஓடிப்போனா. சனி தொலைஞ்சதுனு விட்டுட்டேன்.”

“அடடே... விஷயமே தெரியாதே”என்று ஒரு போடு போட்டாள் அம்மா.

அம்மா ஏன் இப்படிப் பொய் சொல்கிறாள் என்று புரியவில்லை. தெரியும் என்று சொன்னால், ஆறுதலாக வந்து ஒரு வார்த்தை விசாரிக்கவில்லையே என்று நினைப்பாரே என்றா? இவர் என்ன சொல்கிறார் என்று அறியும் ஆவலா? சீண்டிப் பார்க்கும் வக்கிரமமா?

“வீட்ல பெத்தவங்க இருக்காங்களே. இவ்ளோ தூரம் வளத்தாங்களே, அவங்க சொல்படி வாழறதுதான் நல்லதுனு தெரிய வேணாம்? ஸ்கூல்ல பரீட்சை எழுதப்போன பொண்ணு அப்படியே ஓட்னாம்மா... புத்தி எந்த அளவுக்குக் கெட்டுப் போயிருக்கும் பாரு?”

“கலி, கலி” என்றாள் அம்மா.

“தங்கச்சி புள்ளைக்கு கட்டணும்தான் இருந்தேன். அந்தக் கழுத ஓடிப்போனதால எல்லாம் கெட்டது...”

“அதான் ப்ராப்தம்னு சொல்லிட்டீங்களே?”என்றேன்.

என்னை ஒருமுறை திரும்பிப் பார்த்துவிட்டு மேற்கொண்டு அம்மாவிடம் சொன்னார். “கூடப் பொறந்தவ அவளே தட்டிக் கழிக்கிறா... அவ வீட்டுக்காரன் மேல பழியப் போட்றா. அவன்தான் என்னமோ வேணாண்ற மாதிரி.”

“அப்படியா?”

"உன் நிலைமைல நா இருந்ததா... உம்புள்ளைக்கு கட்டிப்பியா'?ன்னு கேட்டா... 'வாஸ்தவம் தாம்மா வரேன்' னுட்டு வந்துட்டேன்."

"மாப்பிள்ளை எங்க வேலை செய்றாரு?"

"ஆட்டோ ஓட்றார்... நல்ல சம்பாத்தியம். நல்ல குடும்பம். நம்ம நிலைமைய முழுசா சொல்லிட்டேன். அதப்பத்தி என்னங்கன்னுட்டார்."

"ஏதோ... நல்ல இடமா இருந்தாச் சரி."

"கல்யாணமாகி ஒருவருஷத்தில பொண்டாட்டி செத்துப் போச்சாம்."

"ரெண்டாந்தாரமாவா குடுக்கறீங்க?"

"அதிலன்னமா இருக்கு? சின்ன வயசுதான். முப்பது கூட ஆகியிருக்காது. நம்ம கிட்ட இருக்கிற குறைக்கு ஏத்த மாதிரி தானே பாக்கணும்? புரோக்கர் நாலஞ்சி இடம் சொன்னான். பாஞ்சி சவரன் போடுவயா? இருவது சவரன் போடுவியா?ன்னு கேக்றானுங்க. இல்லாட்டி, கால்மொண்டி, கைமொண்டினு ஏதாவது கேளாறு புடிச்ச எடமா இருக்கு... அதையெல்லாம் பாக்கும்போது இது எவ்வளவோ தேவல..."

"இப்ப என்ன அவசரம்? நிதானமா கொஞ்சம் ஆறப் போட்டுச் செஞ்சா என்னங்க?" என்றேன் பொறுக்க மாட்டாமல்.

"இல்லப்பா உனக்கு தெரியாது. அதுக்கும் வயசாயிக்கினே இருக்கில்ல... எனக்கும் எவ்வளவோ யோசனையாத்தான் இருந்திச்சி. சாமி படத்து முன்னாடி சீட்டெழுதிப் போட்டுப் பாத்தேன். 'இதுவே சரி' ன்னு வந்துச்சு."

"அப்புறமென்ன?... சாமி வரம் குடுத்த மாதிரிதான்" என்றாள் அம்மா பைத்தியக்காரி மாதிரி.

20

“அதுவுமில்லாம ஜாதகம் பார்த்தேன். பொண்ணுக்கு கல்யாணம் முடிஞ்சா வர்ற ஆவணிக்குள்ள முடிஞ்சிடணும். இல்லாட்டி எட்டு வருஷம் கழிச்சுதான் கல்யாண பாக்கியம்னு சொல்லிட்டார். பேர் போன ஜோசியர். அவர் சொன்னா அதுக்கு அப்பீலே கிடையாது. என்னா ஜனம் வருதுன்றீங்க?... அப்பப்பா”என்றார்.

“எட்டு வருஷம் மடியில நெருப்பு கட்டிக்குனு இருக்கறதுக்கு இருப்பவே முடிச்சிர்றதும் நல்லதுதான்.”

“மொத சம்சாரத்துக்குக் குழந்தை, கிழந்தை இருக்குதா?”

“கைக்கொழந்த... குழந்த பொறந்ததும்தான் ஜன்னியில் செத்துப் போச்சாம்...”

அம்மா, “அச்சச்சோ”என்றாள்.

“உங்க பொண்ணு எப்படிம்மா இருக்கு?” என்று விசாரித்தார்.

“ம்... வர்ற மாசம் வர்றதா லட்டர் போட்டிருக்கா.”

ஏதாவது ஒரு சந்தர்ப்பபத்தில் நீங்கள் செய்வது அநியாயம் என்று சொல்லிவிடத் துடித்தேன். நீலாவிடம் என்னமோ மாபெரும் குறை இருப்பதுபோலவும் தள்ளிவிட வேண்டிய கேஸ் போலவும், கொஞ்சமும் கூச்ச நாச்சமில்லாமல் இருவரும் பேசிக் கொண்டிருந்தனர்.

பரமசிவம் டேபிளின் மீது இருந்த, ‘அர்த்தமற்ற இந்து மதம்’ புத்தகத்தை எடுத்துப்புரட்டிப்பார்த்து, “நீயின்னா பெரியார் கட்சியா?” என்றார்.

அம்மா, “ஆமா... விதண்டாவாதம்லா பேசிக்கினு, சாமி இல்ல பூதம் இல்லன்னு ஊரசுத்திக்குனு கிடக்கிறான்.... வேலை

கிடைக்குமா பார்?... நீ எப்போ திருந்தி சரிபட்டு வர்றியோ அதுவரிக்கும் வேலை கிடைக்காது" என்றாள்.

அவர் சிரித்துவிட்டு "நா வர்றம்மா... இன்னும் நாலு எடப் போகணும்" என்று எழுந்தார்.

"இருங்க...... காபி போட்றேன்."

"அட வேணாம்மா..." என்று அவர் சொன்னதைக் கேட்காமல் ஸ்டவ்பக்கம் போனாள்.

அவள் போனதும், "இதெல்லாம் பாலகிருஷ்ணன் பண்ற வேலையா?" என்றார்.

சிரித்தேன்.

"தம்பி உனக்குத் தெரியாது. நாஸ்திகம் பேசறவனை நாம்பாதேன்னு வேதத்தில போட்ருக்கு.. நாஸ்திகத்த முதல்ல யார் ஆரம்பிச்சதுனு தெரியுமா?"

".............."

"பிரும்மங்கார்... முப்பத்து முக்கோடி தேவர்ல அவரும் ஒருத்தர்..."

"என்னது தேவரா?"

"ஆமாம்பா... அசுரர்களெல்லாம் நாஸ்திகத்த நம்பி ஏமாந்து போகணும்னு ஆரம்பிச்சு வெச்சது... அதுவும் காலம் காலமா இருக்குது."

எவ்வளவுதான் டீ வாங்கிக் கொடுத்தாலும் இவர் சொல் வதை ஏற்றுக்கொள்ளவோ இவர் கொடுக்கிற புத்தகத்தைப் படிக்கவோ முடியாதென்று நினைத்துக் கொண்டேன்.

"நாஸ்திக வாதமெல்லாம் நிலைக்காதுப்பா. சின்னப் பசங்களுக்கு புறாவளக்கற ஆசை, முயல் வளக்கற ஆசைலாம் வருமே அந்த மாதிரி இது ஒரு ஆசை..... எனக்குத் தெரிஞ்சு நிறைய பேர் நாஸ்திகம் பேசிட்டு, அப்புறம் பெரிய பக்தரா ஆயிருக்காங்க. கடவுளோட விளையாட்ல இதுவும் ஒண்ணு."

".........."

"நம்ம இந்துமதம் இருக்கே அது பெரிய கடல்மாதிரி. அமெரிக்காவுல இருந்தப்ப விவேகானந்தர்கிட்ட ஒருத்தர் இந்து மதத்தைப் பத்தி விளக்கச் சொன்னாராம். விவேகானந்தர் ஒரு கதை சொன்னாராம். 'கிணத்திலேயே வாழ்ந்த தவளை, கடல் தவளையப் பாத்துக் கடல் இவ்வளே அகலம் இருக்குமா? இவ்ளோ ஆழம் இருக்குமா?னு கிணத்துக்குள்ளேயே இப்படியும், அப்படியும் தாண்டி தாண்டிக் கேட்டுதாம்'... கிணத்துத் தவளையா இருந்தா

கடலைப் பத்திப் புரியுமா?....”

(ஆசிரியர் குறிப்பு: ஒவ்வொரு மதமும் அடுத்த மதத்தை கிணற்றுத் தவளை மனோபாவத்தில் அணுகுவதாகவே விவேகானந்தர் குறிப்பிடுகிறார்.)

“கடல்ல தவளை இருக்குதா?” என்றேன்.

“இப்பிடிலாம் கிராஸ் கேள்வி கேட்கக் கூடாதுப்பா... ஒரு உதாரணத்துக்குச் சொன்னார்னே வெச்சுக்கயேன்.”

நான் பதில் ஏதும் சொல்லாமல் தலையைக் குனிந்து கொண்டு அமர்ந்திருந்தேன்.

அவரோ நான் செய்தவற்றை எல்லாம் உணரத் துவங்கி விட்டேன், அதனால்தான் இப்படித் தலையைக் குனிந்து கொண்டு உட்கார்ந்திருக்கிறேன் என்று நினைத்துக் கொண்டு மேலும், மேலும் சொல்லிக் கொண்டு போனார்.

எனக்கு நீலாவைப் பற்றி ரொம்பவும் கவலையாக இருந்தது.

ஒருவர் சாப்பாட்டை ஒருவர் எடுத்துச் சாப்பிட்டு விடும் நிகழ்ச்சி, வேலையில் அதிசயமான விஷயம் இல்லை.

தக்காளித்தொக்கு சாதம், முட்டை வறுத்து எடுத்து வந்திருந்தேன். நல்ல பசி. கையையும், காலையும் கம்பெனி சோப்பில் ஆற அமரக் கழுவிக்கொண்டு, பிரமாதமாய்ச் சாப்பிட அமர்ந்து டிபன்பாக்ஸை எடுத்தபோது காற்று போல இருந்தது எப்படி இருந்திருக்கும் எனக்கு?

அப்படியே வைத்துவிட்டுச் சுற்றும் முற்றும் பார்த்தேன். யாரையும் யூகிக்க முடியவில்லை. எல்லோருமே கூட்டா? என்றுதான் நினைத்தேன். பசி, அது இஷ்டம்போல் வயிற்றைக் கிள்ளிக் கொண் டிருந்தது.

பாவிகள் எல்லோருமே ஆவேசமாக சாப்பிட்டுக் கொண் டிருந்தார்கள். இதைத் தெரிவிக்காமலேயே விட்டு விட்டால், இரக்கப்பட்டு அவன் ஒரு உருண்டை, இவன் ஒரு உருண்டை என்று கொடுப்பார்களே அதையும் இழந்து விடுவேன்போல இருந்தது.

“யார்யா என் சாப்பாட்டை எடுத்தது?” என்றேன் கோபமாய். ஒருவரும் வாயைத் திறக்கவில்லை.

வயதான ஒருவர் மட்டும், “எவன்டா அது?”... சொல்லுங்களண்டா பசி வேளைல இப்படியாடா ஏமாத்துவீங்க?” என்றபடி ஏகமாய்த் திட்ட ஆரம்பித்தார்.

நானும் ஆவேசமாய், “சூடு, சொரணை இருந்தா இந்த மாதிரி எடுத்துத் துன்னுட்டுப் பேசாம இருப்பானுங்களா?” என்று கதற

ஆரம்பித்தேன். மூச்!

எல்லோரும், 'நானில்லை' போல இருந்தார்கள். சிலர் அவரவர் டிபன்பாக்ஸ் மூடியில். அவர்கள் பங்காக ஓரோர் உருண்டை வைத்து. "சரி சாப்புடுமா" என்றனர்.

இதையெல்லாம் சூப்ரவைசர் கவனித்திருக்க வேண்டும் சாப்பிட்டு முடித்து தெம்பாக சிகரெட் பிடித்துக் கொண்டிருந்தபோது, "லஞ்செல்லாம் முடிஞ்சுதா?" என்றபடி அருகில் வந்தான்.

"முடிஞ்சுது ... நீங்க சாப்ட்டாச்சா?" என்றேன்.

மேற்கொண்டு கொஞ்ச நேரம் எதுவும் பேசாமல் நின்றிருந்தான்.

"என்ன விஷயம் சார்? கம்பெனி உள்ள சிகரட்லா பிடிக்கக் கூடாதா?' என்றேன்.

"ச்சேச்சே... நீங்க டிப்ளமோ படிச்சிருக்கீங்களாமே?" என்றான்.

'அட என்னடாது வம்பாப்போச்சு?'

'அசோகன் சொன்னாரா?'

"ஆமா... பின்ன ஏன் இந்த வேலைக்கு வந்தீங்க?'

எதுக்குக் குறை என்று இவனிடமும் என் சோகக் கதையைச் சொல்லி முடித்தேன்.

"பாவிங்க அப்படியா பண்றானுங்க."

"நீங்க எந்த வருஷம் முடிச்சீங்க?"

"நா உங்களுக்கு மூணு வருஷம் ஜூனியர்."

"மெக்கானிக்கலா? எந்த காலேஜ்?"

"பிரைவேட்தான்."

"கடைசியா, நாப்பது மார்க் எடுத்து இப்ப வேலைல இருக்கவன் ஒருத்தனைக் கண்டுபிடிச்சு அங்க கொண்டு போய் நிறுத்தினேன். டிபார்ட்மண்ட்ல வரிபை பண்ணி, ஒரு வழியா ஹெட் ஆபீஸ் போய் சேர்ந்திருக்கு. ஒரு மாசத்துக்குள்ள வீட்டுக்கு வரும்னு சொல்லியிருக்கான்."

"நா காலேஜில இருக்கும்போதே முடிச்சதால தப்பிச்சேன். நானா இருந்தா தலைமுழுகிட்டு இருப்பேன்" என்றான்.

"பெரிய தொந்தரவு. இங்கிருந்து லொங்கு, லொங்குனு போனா... இன்னைக்கு அவர் லீவ். நாளைக்கு வந்து பாரு'னு சொல்லுவான். காலைல பத்து மணிக்குபோனா 'சாயங்காலம் நாலுமணிக்கு வான்னுவான்.... சாப்பாடா கட்டிக்குனு போக முடியும்?"

"விட்றாதீங்க... இவ்ளோ நாள் கஷ்டப்பட்டு எல்லாம் வேஸ்ட்டாப்

போயிடும்.”

“லேட்டஸ்ட்டா போட்ட சட்டம் என்ன தெரியுமா? அந்தப் பக்கமே போனதில்லே. இதுவரைக்கும் முடிக்காம இருக்கிற ஸ்டூடன்சுக்கெல்லாம் கடைசி வாய்ப்பா இன்னும் ரெண்டு அட்டெம்ட் அலவ் பண்ணியிருக்காங்க.”

“எனக்குத் தெருஞ்சவர் ஒருத்தவர் கிட்டே சொல்லிப் பார்க்கிறேன். ஒரு ஐநூறு அருநூறு பரவாயில்லையா” என்றான்.

“வேலைக்கா?.... எவ்வளவோ பரவால்ல” என்றேன்.

ஓ.டி. முடித்துவிட்டு வீட்டுக்குக் கிளம்பும்போது மணி பத்தாகி விட்டது. இரவு நேர வழித்துணைவன் தனபால்தான். அவனுக்குப் பாடியில் வீடு.

“நிறுத்துப்பா டீ சாப்பிடலாம்” என்று ஒரு டீக்கடையருகே சைக்கிளை விட்டு இறங்கினான்.

“யார் மீட்டர்ல?” என்றேன்.

அதற்கு அவன் பதில் சொல்லாமல், இரண்டு டீ சொல்லிட்டு, இரண்டு சிகரெட்டும் வாங்கிவந்தான்.

“நீ இன்ஜினியர் படிச்சிருக்கியா?” என்றான்.

எப்படித் தெரியும் என்று அதிர்ந்தாலும் “ஆமாம்பா, என்ன இப்போ?”என்றேன்.

“பின்ன ஏன்யா எங்க கூட வந்து லோல்பட்றே?”

“வேலை செய்றது எவ்ளோ கஷ்டம்னு தெரிஞ்சாத்தான். வேலை வாங்கும்போது கஷ்டம் புரியும்.”

“போய்யா... படிக்காதவன் நாந்தான் ஏதோ அவஸ்தை பட்றேன். நீ ஏன்யா இப்படி....? இன்னா குளுரு?” என்று சிலிர்த்துக்கொண்டான்.

“அதான இந்த மாசத்தில போய் இப்பிடிக் குளிருதே?” என்றேன்.

அவன், “தக்காளித் தொக்குக்கு முட்டை வறுவல் ரொம்ப நல்ல இருந்ததுயா” என்றான், இயல்பான தொனியிலேயே.

21

தொழிற் கல்வித் தலைமையகத்தில் எனது டிப்ளமோ சர்டிபிக்கேட் கம்ப்யூட்டர் செக்ஷன் போயிருக்கிறது. வரும் வெள்ளிக் கிழமைக்குள் வந்துவிடும் என்றார்கள். எனக்குக் கையில் கிடைப்பதுவரை நம்பிக்கையில்லை.

ஆனால் ஞானசேகரைப் பார்க்க முடிந்தது, உண்மையிலேயே நம்பிக்கைக்குரிய நிகழ்ச்சியாக நினைத்துக் கொண்டேன்.

முதலில் ஒருவருக்கொருவர் அடையாளம் தெரிந்து கொள்ள முடியவில்லை. என்னுடன் கல்லூரியில் முதல் வருஷம் மட்டும் பயின்றான். அதற்கப்புறம் ரசாயனத்துறைக்குப் போய்விட்டான். மொத்தத்தில் பார்த்த ஆறு வருஷம் கணக்காகிறது.

"எங்கேயோ பார்த்தாப்ல இருக்கே?" என்றுதான் அறிமுகம் செய்து கெண்டோம். அவன் ஏதோ சர்டிபிகேட் தொலைத்துவிட்டு 'டூப்ளிகேட் சர்டிபிகேட்' கேட்டு விண்ணப்பம் செய்திருந்தான்.

முதலில் இருவருக்கும் பொதுவான நண்பன் வளவன் குறித்துப் பேச்செடுத்தோம். வளவன் சதாநேரமும் பேசிக் கொண்டிருப்பான். பெரும்பாலும் சினிமாக்கதைகள் நடிகர் பற்றிய குறிப்புகள் சொல்லுவான். 'வளவன் என்ற அவனது பெயரை நாங்கள் 'வளவளவன்' என்று மாற்றியிருந்தோம். அதன் காரணமாகவே அவன் மறக்க முடியாதவன் ஆகி விட்டான்.

அவன் இப்போது எங்கிருக்கிறான்? எப்படியிருக்கிறான் என்று அவசியமான விஷயம்போல் பேசிக் கொண்டிருந்து விட்டு, பின்னர், 'நாங்கள் எப்படி இருக்கிறோம்?' என்பது பற்றிப் பேச ஆரம்பித்தோம். அத்தோடு முடிந்திருந்தால் அது ஒரு நம்பிக்கைக்குரிய நிகழ்ச்சியாக இருந்திருக்காது.

டீ சாப்பிடக் கான்டீனுக்குப் போகும்போது, எதிர்ப்பாரா விதமாக மார்க்சியக் குழுக்கள் குறித்துப் பேச ஆரம்பித்தான். இப்போது எனக்கு வேறொரு ஞானசேகரன் போல இருந்தான். நானும் என் விஷயங்களைச் சொல்ல, மறுபடியும் அறிமுகமானோம்.

"இது சம்பந்தமா என்ன பண்ணிக்குனு இருக்கே?" என்றான்.

"விவாதம் பண்ணிக்குனு இருக்கேன், அவ்ளதான்."

"டைலக்டிக்ஸ் என்ற வார்த்தையே 'டைலாக்' என்ற வார்த்தையிலிருந்து வந்ததுதான்... அது சரி... நாங்க மானுட மையம்னு வெச்சிருக்கோம்."

"விதவைப் பெண்களுக்குத் தையல் மிஷின் குடுக்கறீங்களா என்ன?"

"அட நீ வேறப்பா. நாம் எப்படியெல்லாம் வஞ்சிக்கப் பட்டிருக்கிறோம் என்று பட்டியல் போட்டு தமிழகத்தின் மாநில கட்சிகள் அனைத்துக்கும் அனுப்பியிருக்றோம். நரிமணம் பெட்ரோலியம், நெய்வேலி நிலக்கரி இப்படி பல விஷயங்களுக்கு ராயல்டி குறைவுபற்றி அனுப்பினோம்."

"அடேங்கப்பா..."

"ஒரு முறை ஜெயிலுக்குக்கூடப் போய்வந்தாச்சு... அனைத்து ஜாதியினரும் அர்ச்சகராகலாம்னு போராடினதுக்காக."

"இது மட்டுமல்ல... போபால் விஷவாயு ஆக்ஸிட்ன்ட் நடந்தப்ப பெரிய அளவில போராடினோம்."

"தூங்கிக்கினு இருந்தவன், தூங்கினபடியே செத்தான். சாப்பிட்டுகிட்டு இருந்தவன் சாப்பிட்டுக்கே செத்தான். நெறய பேருக்குக் கண்ணு போயிருக்கு. பலருக்கு நுரையீரல் பாதிச்சிருக்கு. சயனைட் கேஸ் காரணமா சுத்துவட்டாரம் முழுசும் பயங்கரமா பாதிச்சிருக்கு ஆனா கம்பெனிக் காம்பவுண்டுக்குள்ளேயே படுசேஃப்டியா நிர்வாகிகள் இருந்திருக்காங்க."

"அவங்களுக்கு எதுவும் ஆகலையா?"

"அவங்கதான் இவ்வளவையும் செஞ்சது."

"அவங்களா?"

"திட்டமிட்டுச் செஞ்ச படுகொலை."

"புரியலப்பா... எதுக்கு?"

"உலகம் ஃபுல்லா யூனியன் கார்பைடு தொழிற்சாலை இருக்கு... சயனைட் கேஸ் கசிஞ்சா என்னென்ன கேடு வரும்னு பிராக்டிகலாத் தெரியாது. சோதிச்சுப் பாக்கணும்னு ஆசை வந்திருக்கு. வேற

எந்த நாட்லயாவது சோதிச்சா சும்மா விட மாட்டானுங்க. புருஷன்காரன் குறட்டை விட்றான்னு கூட பொண்டாட்டிக்காரி கேஸ் போட்றாங்களே வெளிநாட்ல. ஏமாந்த நாடு எதுன்னு பார்த்திருக்காங்க. இந்தியாவத் தேர்ந்தெடுத்திருக்காங்க.”

“இது என்ன அபாண்டமா இருக்கே.”

“அபாண்டமில்லப்பா... போபால் சம்பவத்துக்குக் கொஞ்ச நாள் முன்னாடி யூனியன் கார்பைடுல ஒரு கூட்டம் போட்டு சயனைட் கேஸ் மூலம் எந்த அளவுக்கு கேடுவரும் என்பது பத்தி பேசியிருக்காங்க... பி.பி.சி. நியூஸ்லயும் சொன்னாங்களாம்.”

“அப்புறம்?”

“சோதனை பண்றதுக்கு எலி வளப்பாங்களே... ‘கினி பிக்ஸ்’... அந்த மாதிரி மனிதர்களை வளர்த்திருக்காங்க இங்க. இன்னொரு விஷயம் தெரியுமா?... அனாதைக் குழந்தைகளை எடுத்து வளக்றோம்னு இங்க இருந்து குழந்தைகளைத் தூக்கிக்கினு போய், ‘டயாபடீஸ்’ இருக்கிற பேஷண்ட்கள் வைத்தியம் பண்ணிக்றானுங்க.”

“யெப்படி?!”

“உடம்புல இன்சுலின் சுரக்காததாலதான் டயாபடீஸ் வருது. டயாபடீஸ் பேஷண்ட்ஸ் தொடர்ந்து உயிர் வாழணும்னா இன்சுலின் இன்ஜக்ஷன் தொடர்ந்து போட்டாகணும். ஆனா குழந்தைங்க உடம்புல இருந்து இன்சுலின் சுரப்பியை எடுத்துப் பொறுத்திக்கிட்டா பிரச்சினை தீர்ந்தது. ஸோ... நம்மள மாதிரி ஏழை நாட்டு குழந்தைகள் மேல திடீர்னு பாசம் வந்திருக்கு.”

“அடப்பாவிங்களா!”

“நம்ம நாட்ல ஒருத்தன ஒருத்தன் மதிச்சுக்கறதில்ல. வளர்ந்த நாட்டுக்காரனுங்க நம்மளையெல்லம் மனுசனா மதிக்கிறான்னா, அது இந்த ஒரு காரணத்துக்காகத்தான். நம்ம கிட்டயும் கிட்னி இருக்கு, நம்ம கிட்டயும் கண் இருக்கு., நம்ம கிட்டயும் ரத்தம் இருக்கு... ஆகையினால் மனிதர்கள்.”

“இந்தியாவ மனுஷப்பண்ணைனு நினைச்சுக்குனு இருக்கானுங்களா?”

“எக்ஸாக்ட்லி... நல்லாச் சொன்னே... இந்தியா மட்டுமில்ல. நம்மளமாதிரி வளராத நாடு எல்லாமே! மெட்ராஸ்லயே ஒரு ஹாஸ்பிடல்ல கிட்னிகளை ஜனங்ககிட்ட இருந்து அம்பதாயிரம் ரூபா ரேட்ல வாங்கியிருக்காங்க. ரெண்டு கிட்னி இருக்கிறதால ஒன்னைக் குடுக்கறதுல ஒரு ஆபத்தும் இல்லன்னு நினைக்றாங்க ஜனங்க. இயற்கையிலேயே நமக்கு இரண்டு கிட்னி இருக்கிறது ஒன்று பெயிலியராயிட்டாலும் ஒன்று தொடர்ந்து வேலை செய்யும்னு

தான். ஆனானப்பட்ட எம்ஜியாரே மூணுகோடி செலவு பண்ணியும் முடியாம செத்துட்டாரு."

"நம்ம ஊர்லயா நடக்குது?"

"வேற எங்க நடக்கும்?"

"மனித உழைப்பத்தான் சுரண்றானுங்கன்னு பார்த்தா மனிதனையே சுரண்ட ஆரம்பிச்சிட்டானுங்களா?... ப்ளட் பேங்க்ல ரத்தம் விக்குறானுங்களே அதுவே தாளமுடியாத கோபமா இருந்தது. இப்ப என்னடான்னா எல்லாத்தையும் பார்ட், பார்ட்டாக கழட்டி விக்க ஆரம்பிச்சிட்டாங்களா?"

"மனுஷன் அந்த அளவுக்குத் தயாராகிவிட்டான். எதையாவது இழந்தாவது வாழனும்னு பாக்கறான். இழக்கறதுக்கு அடிமைச் சங்கிலி தவிர வேறெதும் இல்லைனு சொல்லிக்னு இருந்தாங்க முன்னால்லாம். இப்ப... இதோ இருக்கு கிட்னினு ஆரம்பிச்சிட்டாங்க"

"ச்ச... கொடுமைங்க" என்றேன்.

"நிறைய வெளி நாட்டுக்காரங்க இங்க வந்து மெடிகல் படிக்கறாங்க. என்னடான்னா, அவங்க நாட்லல்லாம் வியாதிகளைப்பத்திப் புஸ்தகத்திலதான் படிக்க வேண்டியிருக்காம். இங்க நேர்லயே பார்த்துத் தெரிஞ்சிக்க முடியுதாம். மனுஷனாவே மதிக்கல போங்க."

நான் எழுந்து போய் சிகரெட் கொளுத்திக் கொண்டு வந்தேன். ஞானசேகரன் சிகரெட் பிடிப்பதில்லை என்று சொல்லிவிட்டான்.

"வெளி நாட்ல மதிக்காதது இருக்கட்டும், உள்ளூர்லேயே ஒருத்தனை ஒருத்தன் மதிக்கிறது கிடையாது" என்று நான் வலியுறுத்தினேன்.

"இங்க வந்ததும், ரிஸப்ஷன்ல பர்மிஷன் கேட்டுக்குனு தான் மாடிக்குப் போகணும்னு தெரியாது. நான் பாட்டுக்கு நேரா போனேன். 'என்னாயா நாய் நுழையற மாதிரி நுழையறே?'ன்னு கேக்றான்."

"அப்படியா கேட்டான்?"

"படிச்சிட்டு வாத்தியார் வேலைக்கு வர்றானுங்களே அவனுங்க பசங்களை மதிக்றானுங்களா? சைக்காலஜி தெரியாதவன்லாம் வாத்தியாரா மாறும் கொடுமை இந்தியாலதான். பெஞ்ச் மேல ஏறி நில்லுன்றான். நூறு தோப்புகரணம் போடுன்றான். முட்டியக் காட்டச் சொல்லி ஸ்கேல்ல வெட்றான். ஸ்கூல் முடியற வரைக்கும் என்னவோ கொலைக்களத்துக்கு போய்வர்ற மாதிரிதான் இருந்தது.... மரியாதை உணர்வை மரத்துப் போவச் செய்யறது அங்கேயே ஆரம்பித்தது" என்றான்.

“மத்த நாட்லலாம் பெத்த அப்பனுக்கே புள்ளய அடிக்கறதுக்கு ரைட்ஸ் கிடையாதாம். நிறைய இயக்கங்கள் இருக்குது” என்றேன்.

“அவ்ள ஏன் கட்டின பொண்டாட்டிய இடுப்புமேல உதைக்கிற கலாச்சாரம் இந்தியாவின் எந்த பாகத்திற்குப் போனாலும் சாதாரணமாப் பாக்கலாம். கிட்டத்தட்ட ஆண் வயசு அந்தப் பெண்ணுக்கும் ஆகுது. அதெப்படித்தான் அடிக்றானுங்களோ?... தாலி கட்டிட்டா அப்படி ஒரு தெம்பு வந்துடுது.”

“தம்பதிகள் சினேகிதர்கள் போல வாழ வேண்டும்னு பெரியார் அடிக்கடி சொல்வார்.”

குறிப்பிடும்படியாய் அவனிடம் சலனம் எதுவும் இல்லை. “எங்க?” சினேகிதனுங்களே இங்க மோசமா அடிச்சிக்றானுங்க” என்றான்.

ஜாதி இழிவு இந்த நாட்டின் தேக்கத்திற்கு பெருங் காரணமாக இருப்பதை மறுக்கவே முடியவில்லை. கேவலமான ஜாதியை சேர்ந்தவன் என்று சொல்லப்படுகிற ஒவ்வொருவனும் அந்த இழிவை தொடர்ந்து நம்பிக் கொண்டும் காப்பாற்றிக் கொண்டும் வருவதற்கான கேவலம், பொறுத்துக் கொள்ள முடியாததாகி விட்டது.

அனைத்து அறியாமைக்கும், அதன்காரணமாக வளர்ந் திருக்கும் சொரணையற்ற தனத்திற்கும், ஏழ்மைக்கும் முடிவு கட்டுவது மிகப்பெரிய பொறுப்பாக தம்மிடம் விடப் பட்டிருப்பதாக இருவரும் பேசிக் கொண்டோம்.

22

நீலாவின் திருமணத்திற்கு நானும் போயிருந்தேன். மணமகனின் உறவுக்காரப் பெண்மணி ஒருவர் வைத்திருந்த குழந்தையை காட்டி, "அதுதான் முதல்தாரத்துக் குழந்தை" என்றார்கள்.

நீலாவின் முகத்தைப் பார்க்க வருத்தமாக இருந்தது. இந்தியாவில் அன்றாடம் நடந்து கொண்டிருக்கும் துயரங்களின் துளியாகவே அதை உணர்ந்தேன்.

எனக்கும் அவள்மீது அளவு கடந்த அன்பு இருந்ததை மறுத்தவிட முடியாமல் மனது பாரப்பட்டது. என்னை விடவும் அவள் மிகவும் 'சென்சிடிவ்'ரகம், நானும் அவள் திருமணத்தைப் பார்க்க வந்திருப்பது தெரிந்தால் கண் கலங்கிவிடுவாள் என்பதை நினைத்துப் பார்த்தபோது மேலும் வருத்தமாக இருந்தது.

நான் ஏன் அவளது அன்புக்குச் செவி சாய்க்காமல் இருந்து விட்டேன் என்று சரியாகத் தெரியவில்லை.

அவளை வைத்துக் காப்பாற்றும் திராணியற்று போனதாலா? இருவருக்கும் காதல் எதுவும் மலர்ந்துவிடவில்லை என்றா?

நீலாவின் அம்மா வந்து, "சாப்பிட்டுப் போப்பா" என்று கூறிவிட்டுப் போனார்கள்.

எங்காவது தனிமையில் உட்கார்ந்து அழவேண்டும் போல இருந்தது.

ஒரு சிகரெட் பிடிக்கலாமென்று மண்டபத்திற்கு வெளியே வந்தேன்.

சாலையின் மறுபுறத்தில் பெட்டிக்கடையின் பக்கத்தில் இருந்து யாரோ கைதட்டி அழைப்பது கேட்டுத் திரும்பிப் பார்த்தேன்.

சுமதி....

"கல்யாணத்த பாக்கணும்னு வந்தேன். அப்பா கோச்சுப்பாருன்னு பயமா இருக்கு" என்றாள்.

'அட பரவால்ல வாங்க." என்று சிகரெட்டுக்காக கையில் வைத்திருந்த காசை மறுபடி பாக்கெட்டுக்குள் போட்டு கொண்டு சுமதியோடு மண்டபத்திற்குள் நுழைந்தேன்.

நுழைந்த சில வினாடிகளிலேயே சிலர் எங்களை ஒரு மாதிரியாக உற்று நோக்க ஆரம்பித்தனர்.

"கூடவர்றது சுமதி புருஷனா..." அவர்களாகவே கிசுகிசுத்துக் கொண்டனர்.

நாங்கள் இருவரும் மணமேடையை நெருங்கினோம்.

பரமசிவம் எங்கிருந்தோ புயல்போல வந்து, "அடிச் செருப்பால" என்று சுமதியை அறைய முற்பட, நான் இடையில் புகுந்து, "ப்ளீஸ் சார்" என்றேன்.

நீலா அந்த இடத்தில் என்னையும், சுமதியையும் சற்றும் எதிர்பார்க்காமல், சட்டென்று எழுந்து நின்று திகைத்துப் பார்த்தாள். அதற்குள் மண்டபத்தில் இருந்த மக்கள் மணமேடையை முற்றுகையிட்டு விட்டதால், நான் கிட்டத் தட்ட பின்னால் தள்ளப்பட்டேன்.

காட்டுக் கூச்சல்!

நான் மீண்டும் சிகரெட் பிடிக்க வெளியேற முற்பட்டேன். எனக்கு பின்னாலேயே, பரமசிவம், சுமதியைத் தரதரவென்று இழுத்துக் கொண்டு வந்தார்.

மண்டபத்திற்கு வெளியே நடுரோட்டில் சுமதியை தள்ளினார். அவமானம் தாளாமல், முந்தானையை வாயில் பொத்திக் கொண்டு ஏதோ ஒரு திசையில் வேகமாக நடந்தாள் சுமதி.

"மாங்கல்யம் தந்துனானேனா" மந்திரம் திராவகமாக என்காதில் இறங்கியது. நெருப்புப் பொறியாக நெஞ்சு கனகனத்தது. நான் வேகமாக சைக்கிளை எடுத்துக்கொண்டு சுமதிக்கு ஆறுதல் சொல்வதற்காகப் புறப்பட்டேன்.

(1989)